瑞蘭國際

國立政治大學外國語文學院

基礎外語 越南語 篇

國立政治大學
陳凰鳳 著

序

　　還記得 2008 年，我參加國立政治大學所執行的教育部「北區大學外文中心」計畫編製之八個語種之線上學分課程，其中我負責編寫《基礎外語　越南語篇》提供全國各大專院學生多元學習外語的自學管道。到了 2014 年，為方便學生不管是在線上或線下都能使用此教材，因此將課程內容轉換成紙本，並由政大出版社出版且已經使用多年。而到了今年，我決定改版重編這一本新的《基礎外語　越南語篇》，以期在教學時搭配 2020 年出版的《進階外語　越南語篇》，能夠有更加完整的串聯。

　　全新的《基礎外語　越南語篇》內容包含兩部分：第一部分是非常詳細以及由淺入深之完整的 12 課越南語發音基礎，第二部分是 5 課以生活為主題之會話內容。整體說來，《基礎外語　越南語篇》是一本非常適合從零學起的第一本越南語書籍，內容非常豐富又容易上手，相信不管是學習者還是教師，都能透過這本書，完整規劃一整學年的教學或學習課程。

　　經過多年的教學經驗，讓我明確知道「教」與「學」並不是兩件事情，而是一個互相編織成為一體的過程。因此，我深深感受到學生與老師在越南語基礎的學習階段需要的是什麼。相信當您開始使用了這本教材，就能了解我所指的「用心」；而我也希望透過這本教材，讓每一位正在想學習越南語的朋友們，有個支持的力量以及真誠的陪伴，衷心感受到越南語不會是越學越「難」，而是會越學越「開心」。

　　讓我們一起學習越南語吧！

陳凰鳳

台北 2024 年 7 月

目次

越南語簡介

I. 越南語的形成

　　「越南國語」稱為「Chữ Quốc ngữ」（𡨸國語）–而越南文字就是使用羅馬拼音的拉丁字母文字體系。歷史上，越南文字原來也使用漢字為「國字」，一直到十三至十七世紀之間，越南人開始將傳統的漢字融入口語，並根據漢字拼音，非意譯，創造出屬於自己的文字。這一套叫做「喃字」（Chữ Nôm）的書寫系統與漢字並行使用了幾個世紀，直至十七世紀中葉，在法國殖民越南的期間，法國天主教傳教士為了傳教，並要讓越南國內大多數不識字的貧民能讀得懂聖經，所以開始以拉丁字母的羅馬拼寫系統為基礎，並增加符號以表示越南語不同的音調，創造了越南一套全新的拼音文字。

　　這一套簡單易學的「新國語字」，廣受越南人的歡迎，迅速取代了越南以往只有漢人或達官顯貴才能理解的漢字，成為國內人人通用的國語。

　　一九一〇年，越南國家開始把這套文字系統做為官方文字，並且成功地為越南的文化及教育發展，創造了有利條件。

II. 越南語文的特性

　　越南語是單音節之拼音文字。越南語在經過時代的變遷、受到許多外來文化的影響下，稍微有些微轉變，不過其拼音文字的特性仍被保留下來。目前越南語的詞彙中，最常見的是漢越詞彙，也就是有漢字根源之詞彙（漢越詞占比最多），而後則是純越語的詞彙以及一些外來語的詞彙。因為越南語原有漢字的根源，所以對講華語地區的學習者來說學習最有利，畢竟越南語與中文的語法之間，的確有許多類似之處。而學習最難之處，則是由於越南語本身是拼音文字，所以必須先認識越南語整體的拼音系統結構後，才能順利地講出標準的越南語。

III. 認識越南語的結構

　　越南語有 29 個字母，其中包括 12 個母音以及 17 個子音，另外還有 11 組複子音（是由兩個以上的子音結合而成）。29 個字母的發音分為兩種：分別為「拼音讀法」和「字母單字名稱」（其中母音的部分，在拼音讀法和字母單字名稱是唸同音）。

　　越南語基本上有 6 個聲調，其中有 5 個聲調有聲調符號。聲調符號會出現在文字中的母音正上方或正下方，讓越南語唸起來有抑揚頓挫。每個越南語文字的結構中至少都有一個母音，儘管它們是由幾個字母組成的詞彙，但最後發音時只會發出一個單音節的音。越南語詞彙之結構包括：

1. 「單母音 / 多母音」的詞彙：ở（在）、áo（衣）

2. 「母音 / 多母音＋尾音」的詞彙：ăn（吃）、uống（喝）

3. 「子音 / 複子音＋母音」的詞彙：mẹ（媽媽）、nhà（房子）

4. 「子音 / 複子音＋多母音」的詞彙：hỏi（問）、nghèo（貧窮）

5. 「子音 / 複子音＋母音＋尾音」的詞彙：nếp（糯米）、khôn（敏慧）

6. 「子音 / 複子音＋多母音＋尾音」的詞彙：ruộng（田）、thương（疼）

第一部分

越南語發音基礎

Bài 1 Bảng chữ cái tiếng Việt- nguyên âm và phụ âm

第1課 越南語的29個字母

本課學習目標

（一）認識越南語的 29 個字母（拼音讀法和單字名稱）

（二）認識母音與子音

（三）必備的基本知識：

* 越南語的詞彙類型：純越語、漢越詞、外來語

* 名詞組合結構

* 所有格結構（縮寫方式）

* 過去完成式

（四）練習造句

（五）回家作業

越南語字母

A	Ă	Â	B	C	D	Đ
a	ă	â	b	c	d	đ
E	Ê	G	H	I	K	L
e	ê	g	h	i	k	l
M	N	O	Ô	Ơ	P	Q
m	n	o	ô	ơ	p	q
R	S	T	U	Ư	V	X	Y
r	s	t	u	ư	v	x	y

越南語字母單字名稱

越南語拼音讀法

12 **個母音** Nguyên âm

MP3-03

在 12 個母音的拼音讀法中，「i」和「y」這兩個字母的發音相同。

17 個子音 Phụ âm

B b	C c	D d	Đ đ
G g	H h	K k	L l
M m	N n	P p	Q q
R r	S s	T t	V v	X x

在 17 個子音的拼音讀法中，「c」和「k」這兩個字母的發音相同。

MP3-05

詞彙之拼音練習 （請寫下練習的內容）

cô-ca

xe ô-tô

ba lô

đi xa

da dê

vi-sa

ti-vi

ga xe

đi xe

là vì

練習造句的補充詞彙

MP3-06

ba
爸爸

em
我 / 你 / 弟弟 / 妹妹

đi
去 / 走

có
有

Việt Nam
越南

xem
看

tôi
我

rồi
了 / 然後

本課的重點語法

必備的基本知識	例子
* 越南語的詞彙類型包含：純越語、漢越詞、外來語	→ đi xe, vô tư, cô-ca
* 名詞組合結構	→ da dê, ba lô da dê
* 所有格結構（縮寫方式）	→ ba tôi
* 過去完成式	→ Tôi có xe ô tô **rồi**.
* 注意 1：句子排列順序為「主詞＋動詞＋受詞」。若句子中有時間的狀態詞，它通常出現在句首。若要把它放在句尾，則必須在它前方加上介詞，但是過去的時間之狀態詞則不在此限。 * 注意 2：大小寫的規則	→ Ba đi Việt Nam.
* 各地區都有其口音以及不同的地方習慣用詞……	→以正音教學為主

造句練習

例句	延伸：加長句子、換其他詞彙等練習
Tôi có ba lô. 我有背包。	Tôi có ba lô **da dê**. 我有羊皮背包。
Ba có cô-ca. 爸爸有可樂。	Ba tôi có cô ca. 我爸爸有可樂。
Ba đi xe ô tô. 爸爸坐汽車。	Ba đi xe ô tô đi ga xe rồi. 爸爸坐汽車去車站了。
Ba có ba lô. 爸爸有背包。	Ba tôi có ba lô da dê. 我爸爸有羊皮背包。
 爸爸有電視。	 我爸爸有看電視。
 我有簽證了。	 我去越南，是因為我有越南簽證了。
 我是	 我爸爸是

回家作業 （針對本課的語法，結合已學過的詞彙造句。）

1. 我看電視，是因為我有電視了。

_____

2.

_____

3.

_____

4.

_____

5.

_____

6.

_____

Bài 2　Phụ âm ghép
第2課　越南語的11組複子音

本課學習目標

（一）認識越南語的 11 組複子音
（二）必備的基本知識：
　　　＊辨別同音的子音與複子音
（三）練習造句
（四）會話練習
（五）回家作業

複子音

除了第 1 課的 12 個母音以及 17 個子音外，越南語還有 11 組複子音。

複子音：是由 2 個以上的子音結合而成（除了 gi 和 qu）。

CH ch	GH gh	GI gi	KH kh
NG ng	NGH ngh	NH nh	
PH ph	QU qu	TH th	TR tr

MP3-08

詞彙之拼音練習 （請寫下練習的內容）

nho khô

chi phí

cái gì

quí vị

trà đá

ghế bố

pha trà

khô bò

tha thứ

nghe lời

練習造句的補充詞彙

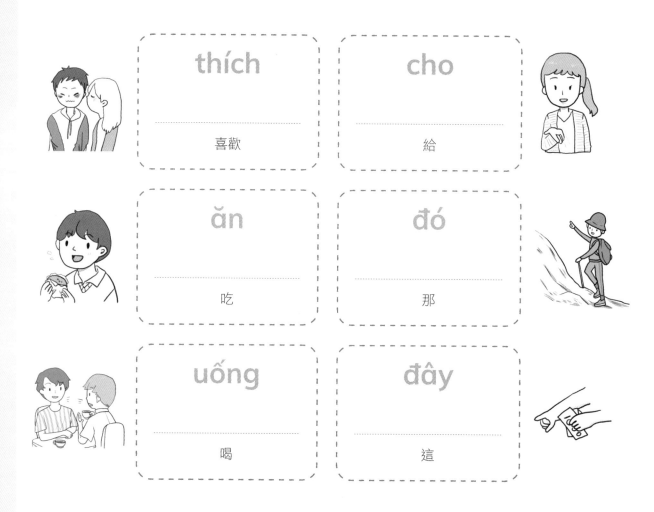

thích
喜歡

cho
給

ăn
吃

đó
那

uống
喝

đây
這

本課的重點語法

必備的基本知識	例子
* 注意：兩組複子音 ng 和 ngh，g 和 gh，以及子音 c 和 k 在拼音時讀法中是同音的。	
* ng、g、c 通常會與母音 a、o、ô、ơ、u、ư 結合。	→ nga（俄國）、gỗ（木頭）、cô（小姐）、gù（駝背）、ngư（魚）、cờ（旗）
* ngh、gh、k 通常會與母音 e、ê、i(y) 結合。	→ nghỉ（休息）、ghe（小舟）、kỳ（奇）、ghê（噁心）、nghe（聽）、kẽ（縫隙）

造句練習

例句	延伸：加長句子、換其他詞彙等練習
Tôi thích pha trà. 我喜歡泡茶。	Tôi thích pha trà cho ba uống. 我喜歡泡茶給爸爸喝。
Đó là cái gì? 那是什麼東西？	Đó là cái ghế bố. 那是長椅子。
Ba thích ăn gì? 爸爸喜歡吃什麼？	Ba thích ăn khô bò. 爸爸喜歡吃牛肉乾。
Ba thích uống gì? 爸爸喜歡喝什麼？	Ba thích uống trà đá. 爸爸喜歡喝冰茶。
  爸爸原諒我了。	 爸爸原諒我，是因為我聽爸爸的話。
  這是爸爸給我的費用。	 這是爸爸給我去越南的費用。

MP3-10

會話練習　（小組練習）

用下列的詞彙與老師和同學練習打招呼。

anh	我 / 你 / 哥哥 / 學長
chị	我 / 妳 / 姐姐 / 學姐
bạn	你 / 你 / 朋友
em	我 / 你 / 學弟 / 學妹
cô	老師 / 您（女老師）/ 我（老師對學生稱自己）
thầy	老師 / 您（男老師）/ 我（老師對學生稱自己）
xin chào / chào	（你）好 / 再見 / 打招呼
Xin chào quí vị.	諸位好 / 各位好。
Chào bạn.	你好。
Em chào cô ạ.	老師好。
Xin cảm ơn.	謝謝。
Không có chi.	不客氣 / 沒什麼 / 不謝。
Không có gì.	不客氣 / 沒什麼 / 不謝。
Hẹn gặp lại.	再會 / 下次見。

回家作業 （針對本課的語法，結合已學過的詞彙造句。）

1. 姊姊喜歡泡茶給爸爸喝。

_____

2. 哥哥不喜歡吃葡萄乾。

_____

3.

_____

4.

_____

5.

_____

6.

_____

Bài 3 Thanh điệu
第3課　越南語的6個聲調

本課學習目標

（一）認識越南語的 6 個聲調

（二）必備的基本知識：

　　　* 聲調符號的位置

　　　* 認識「...đi ...về」、「Khi ...thì」、「Từ khi ...thì」的句型

　　　* và / sẽ 的用法

（三）練習造句

（四）朗讀練習

（五）回家作業

MP3-11

聲調：越南語的 6 個聲調中，除了平聲沒有符號外，其他 5 個聲調都有其聲調符
　　　號，分別整理如下。

平聲 Dấu bằng	銳聲 Dấu sắc	玄聲 Dấu huyền	問聲 Dấu hỏi	跌聲 Dấu ngã	重聲 Dấu nặng
（無符號）	／	＼	?	～	．
高平長音	高短音 - 直接上揚	中低音 - 從高降下	中短低音	長高音 - 尾音上揚	低重音 - 短促音
ma	má	mà	mả	mã	mạ

MP3-12

聲調練習

bi	bí	bì	bỉ	bĩ	bị
ca	cá	cà	cả	cã	cạ
do	dó	dò	dỏ	dõ	dọ
đơ	đớ	đờ	đở	đỡ	đợ
ga	gá	gà	gả	gã	gạ
hu	hú	hù	hủ	hũ	hụ
ky	ký	kỳ	kỷ	kỹ	kỵ
lo	ló	lò	lỏ	lõ	lọ
me	mé	mè	mẻ	mẽ	mẹ
nô	nố	nồ	nổ	nỗ	nộ
ru	rú	rù	rủ	rũ	rụ
tê	tế	tề	tể	tễ	tệ

lơ	lớ	lờ	lở	lỡ	lợ
vô	vố	vồ	vổ	vỗ	vộ
xa	xá	xà	xả	xã	xạ
cho	chó	chò	chỏ	chõ	chợ
tra	trá	trà	trả	trã	trạ
gio	gió	giò	giỏ	giõ	giọ
ghe	ghé	ghè	ghẻ	ghẽ	ghẹ
nho	nhó	nhò	nhỏ	nhõ	nhọ
nghi	nghí	nghì	nghỉ	nghĩ	nghị
quê	quế	quề	quể	quễ	quệ
phơ	phớ	phờ	phở	phỡ	phợ
thu	thú	thù	thủ	thũ	thụ

詞彙之拼音練習 1　（請寫下練習的內容）

MP3-13

phở bò	chả giò
mì gà	về trễ
cà phê	đi ngủ
bà xã	ở nhà
nhà ga	cả nhà

詞彙之拼音練習 2   （請寫下練習的內容）

phụ nữ

lo sợ

tự do

đi chợ

bảo vệ

thú vị

vợ cả

xa lạ

ba mẹ

ví dụ

練習造句的補充詞彙

Đài Loan

臺灣

bố mẹ

爸爸媽媽（北部習慣用詞）

muốn

想要

ba má

爸爸媽媽（南部習慣用詞）

và

和

anh ấy / chị ấy /
em ấy / bạn ấy...

他 / 她

本課的重點語法

必備的基本知識	例子
* 聲調符號的位置通常放在母音正上方（包括：銳、玄、問及跌聲）或是正下方（重聲）。	
* 如果詞彙的結構只有一個母音，那就放在該母音上方或下方。	→ 如：me mẹ
* 如果詞彙結構後面的部分是多母音（例如：lua），聲調符號要放在倒數第二個母音上方或下方。	→ 如：lua lụa cươi cưới
* 多母音 uê、uơ、uy 的詞彙結構則是例外，此時聲調符號要放在「ê」或「ơ」或「y」上方或下方。不過，若把聲調符號放在 uy 的倒數第二個母音上方或下方之寫法也被承認。	→ 如：thơ thở thuê thuế thuy thuỷ / thủy
* 如果詞彙結構有多母音又有尾音（例如：buon），聲調符號要放在靠尾音的母音（最後的母音）上方或下方。	→ 如：buôn buồn

造句練習

例句	延伸：加長句子、換其他詞彙等練習
Ba mẹ muốn ăn phở bò. 爸爸媽媽想要吃牛肉河粉。	Ba mẹ muốn đi chợ ăn phở bò và chả giò. 爸爸媽媽想要去市場吃牛肉河粉和炸春捲。
Mẹ không thích về trễ. 媽媽不喜歡晚歸。	Mẹ không thích tôi và ba về trễ. 媽媽不喜歡我和爸爸晚歸。
Bà xã thích pha cà phê. 老婆喜歡泡咖啡。	Bà xã thích ở nhà pha cà phê cho cả nhà uống. 老婆喜歡在家泡咖啡給全家喝。
Ba bảo vệ cả nhà. 爸爸保護全家。	
   他喜歡女性。	
   老婆不喜歡晚睡覺。	

朗讀練習

1. Mẹ **đi** chợ **về**, chị pha trà cho mẹ uống.

   媽媽去市場回來，姊姊泡茶給媽媽喝。

2. **Khi** chị đi ga xe về, **thì** chị cho bé sô cô la.

   當姊姊去車站回來的時候，姊姊就給小朋友巧克力。

3. **Từ khi** bố đi xa nhà, **thì** mẹ khó ngủ là vì nhớ bố.

   自從爸爸離家遠行，媽媽就難以入睡是因為想念爸爸。

4. Bà **và** mẹ đi xe ô tô đi thủ đô ăn mì gà.

   祖母和媽媽坐汽車去首都吃雞肉麵。

5. Chị lo sợ **sẽ** bị mẹ la, vì chị đi về trễ.

   姊姊擔心害怕將會被媽媽罵，因為姊姊晚回去。

（重點語法：...đi ...về / Khi ...thì / Từ khi ...thì / và / sẽ）

回家作業 （針對本課的語法，結合已學過的詞彙造句。）

1. 自從她有汽車她想要遠行。

_____

2. 他不怕陌生的女性。

_____

3.

_____

4.

_____

5.

_____

6.

_____

Bài 4 Nguyên âm đôi
第4課　雙母音1

本課學習目標

（一）認識越南語的多母音 ai / ay / ây / ao / au / âu / eo / êu / iu / ia

（二）必備的基本知識：

* 認識

「Khi nào... + sẽ...?」的句型

「...đã + ...khi nào ?」的句型

「Tại sao...?」的句型

「... + đã... bao lâu?」的句型

「... + sẽ... bao lâu?」的句型

「...mấy giờ?」的句型

「Nếu như... thì...」的句型

「... có... không?」的句型

* 數字：1-99

* 星期的說法

（三）練習造句

（四）會話練習

（五）回家作業

雙母音 1

| ai | ay | ây | ao | au | âu |

還劍湖 Hồ Hoàn Kiếm

MP3-18

詞彙之拼音練習　（請寫下練習的內容）

ngày mai

lái xe

máy bay

chạy bộ

cảm thấy

mấy giờ

tại sao

khi nào

thứ sáu

giàu có

bao lâu

nấu ăn

練習造句的補充詞彙

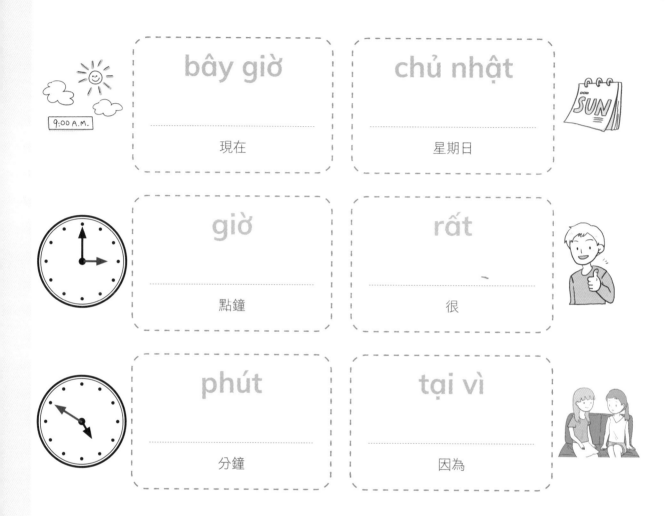

bây giờ

現在

chủ nhật

星期日

giờ

點鐘

rất

很

phút

分鐘

tại vì

因為

本課的重點語法

必備的基本知識	例子
* 句型： Khi nào ... ＋ sẽ ...? ...đã ＋ ...khi nào ?	→ Khi nào ba sẽ về nhà? → Ba đã về nhà khi nào?
* 句型： Tại sao..............?	→ Tại sao anh không ngủ?
* 句型： ... ＋ đã ... bao lâu? ... ＋ sẽ ... bao lâu?	→ Anh đã ở Việt Nam bao lâu rồi? → Em sẽ đi Việt Nam bao lâu ?
* 句型： ... mấy giờ?	→ Bây giờ là mấy giờ?
* 數字：1-99	→ một / hai / ba / bốn / năm / sáu / bảy / tám / chín / mười / mười lăm / hai mươi / hai mươi mốt...
* 星期的說法	→ thứ tư

造句練習

例句	延伸：加長句子、換其他詞彙等練習
Ngày mai tôi sẽ đi Việt Nam. 我明天將要去越南。	Ngày mai tôi sẽ đi máy bay đi Việt Nam. 我明天將要搭飛機去越南。
Tại sao mẹ cảm thấy lái xe rất khó? 為何媽媽覺得開車很難？	Tại sao mẹ anh cảm thấy lái xe rất khó? 為何你媽媽覺得開車很難？
Khi nào anh sẽ đi ga xe? 你何時去車站？	Khi nào anh sẽ đi ga xe gặp chị ấy? 你何時去車站見她？
Chủ nhật mẹ ở nhà nấu ăn. 媽媽星期日在家做菜。	Chủ nhật mẹ thích ở nhà nấu ăn cho cả nhà. 媽媽喜歡星期日在家為全家做菜。
  妳幾點去跑步？	 妳和媽媽幾點要去跑步？
  明天是星期六。	 我會晚點睡，是因為明天是星期六。

雙母音 2

MP3-20

eo　êu　iu　ia

河內老街 Phố cổ Hà Nội

詞彙之拼音練習　（請寫下練習的內容）

kẹo sô-cô-la

nghèo khổ

nếu như

kêu ca

khó chịu

bé xíu

chai bia

chia sẻ

本課的重點語法

必備的基本知識	例子
* 句型： 　Nếu như... thì...	→ Nếu như tôi uống cà phê thì tôi sẽ khó ngủ.
* 句型： 　...có... không?	→ Ba có muốn uống cà phê không?

造句練習

例句	延伸：加長句子、換其他語詞等練習
Tôi có kẹo sô cô la. 我有巧克力糖果。	Nếu như tôi có kẹo sô cô la, thì tôi sẽ chia sẻ cho bé. 如果我有巧克力糖果，我就會分享給小朋友。
Anh ấy cảm thấy khó chịu. 他覺得不舒服。	Khi uống bia, anh ấy sẽ cảm thấy khó chịu. 喝啤酒的時候，他會覺得不舒服。
Chị ấy thích kêu ca. 她喜歡抱怨。	Chị ấy không thích tôi kêu ca. 她不喜歡我抱怨。
如果你貧窮。	如果你貧窮，你會抱怨嗎？
明天是星期六。	明天是星期六，你會做飯嗎？
他很龜毛。	為何你覺得他很龜毛？

會話練習　（小組練習）

運用本課的詞彙和句型，與老師和同學練習對話。（請參考下列的對話範本）

A : Em chào chị ạ.

A：姊姊好。

B : Chào em. Ngày mai em có muốn đi chạy bộ với chị không?

B：你好。你明天想要跟我去跑步嗎？

A : Dạ, không ạ.

A：不想。

B : Tại sao thế?

B：怎麼了？（為什麼?）

A : Dạ, vì ngày mai là thứ bảy, em muốn ở nhà ngủ ạ.

A：因為明天是星期六，我想在家裡睡覺。

回家作業 （針對本課的語法，結合已學過的詞彙造句。）

1. 如果我晚點睡，我就會被媽媽罵。

_____

2. 爸爸不喝啤酒，是因為怕被媽媽抱怨。

_____

3.

_____

4.

_____

5.

_____

6.

_____

Bài 5 Nguyên âm đôi
第5課　雙母音2

本課學習目標

（一）認識越南語的多母音 oa / oe / oi / ôi / ơi / ua / uê / ui / uơ / uy /
　　　ưa / ưi / ưu
（二）必備的基本知識：
　　　＊問候的說法
　　　＊禮貌用語
　　　＊認識「...ở đâu? / ...đi đâu?」的句型
　　　　「Tuy là... nhưng...」的句型
　　　　「...chưa bao giờ ＋動詞／形容詞」的句型
　　　＊量詞
　　　＊所有格結構
　　　＊數字：100-1000
（三）練習造句
（四）回家作業

雙母音 1

oa	oe	oi	ôi	ơi

平西市場 Chợ Bình Tây

MP3-24

詞彙之拼音練習　（請寫下練習的內容）

tòa nhà

tàu hỏa

to khỏe

khoe mẽ

rất giỏi

nói dối

Hà Nội

xin lỗi

đi chơi

xin mời

練習造句的補充詞彙

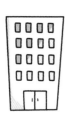

cao

高

đâu

哪裡 / 啦

không sao

沒關係

với

跟

本課的重點語法

必備的基本知識	例子
* 問候的說法：	→ Anh có khỏe không?
* 禮貌用語：	→ Xin lỗi chị. Không sao đâu.
* 句型： ...ở đâu? / ...đi đâu?	→ Nhà em ở đâu? → Anh muốn đi đâu chơi?
* 數字：100-1000	→ trăm / một trăm lẻ một / nghìn = ngàn

造句練習

例句	延伸：加長句子、換其他詞彙等練習
Em ấy muốn đi Tòa nhà 101. 他想要去 101 大樓。	Em ấy muốn đi Tòa nhà 101 uống cà phê với bạn. 他想要跟朋友去 101 大樓喝咖啡。
Mẹ cảm thấy không khỏe. 媽媽覺得身體不舒服。	Nếu uống bia mẹ sẽ cảm thấy không khỏe. 如果喝啤酒媽媽會覺得身體不舒服。
Chị tôi rất giỏi. 我姊姊很優秀。	Chị tôi rất giỏi nấu ăn. 我姊姊很會做菜。
Bạn tôi đi Hà Nội chơi. 我朋友去河內玩。	Bạn tôi đã đi tàu hỏa đi Hà Nội chơi rồi. 我朋友已經坐火車去河內玩了。
  我跟媽媽道歉。	 我跟媽媽道歉，因為我對媽媽說謊。
  我請爸爸媽媽星期日去玩。	 我請爸爸媽媽星期日去河內玩。

雙母音 2

ua	uê	ui	uơ	uy

ưa	ưi	ưu

胡志明市音樂廳　Nhà hát TPHCM

詞彙之拼音練習 （請寫下練習的內容）

mua nhà

tuy là

cố đô Huế

chưa bao giờ

vui vẻ

gửi thư

thuở nhỏ

sở hữu

本課的重點語法

必備的基本知識	例子
* 句型：Tuy là... nhưng...	→ Tuy là không giàu có nhưng tôi rất vui vẻ.
* 句型：...chưa bao giờ ＋動詞 / 形容詞 （說明 không bao giờ 和 chưa bao giờ 的差異）	→ Tôi chưa bao giờ mua nhà.
* 量詞：	→ căn (nhà)、ly (cà phê)、tô (phở)、cái (chả giò)、chai (bia)...
* 所有格結構：	→ ba của tôi / xe ô tô của mẹ...

造句練習

例句	延伸：加長句子、換其他詞彙等練習
Tôi đã mua nhà. 我已經買房子。	Tôi đã mua nhà ở cố đô Huế rồi. 我已經在順化古都買房子了。
Anh ấy gửi thư cho tôi. 他寄信給我。	Anh ấy chưa bao giờ gửi thư cho tôi. 他從沒寄信給我。
Chị ấy sở hữu một căn nhà. 她擁有一間房子。	Tuy là bây giờ không có nhà, nhưng chị ấy muốn sở hữu một căn nhà. 雖然現在沒房子，但她想擁有一間房子。
························ 小時候他喜歡去玩。	························ 小時候他喜歡去哪裡玩？
························ 他對我說謊。	························ 他從沒對我說謊。
························ 爸爸買很多房子。	························ 雖然爸爸買很多房子，但在順化古都爸爸沒有房子。

回家作業 （針對本課的語法，結合已學過的詞彙造句。）

1. 爸爸想要在順化古都買房子。

_____

2. 雖然他對我説謊，但是他沒有跟我道歉。

_____

3.

_____

4.

_____

5.

_____

6.

_____

Bài 6 Nguyên âm ba
第6課 三母音

本課學習目標

（一）認識越南語的三母音 oai / oay / uây / uya / oeo / iêu / uôi / uyu / ươi / ươu

（二）必備的基本知識：
　　＊認識
　　　「...có thể... bao nhiêu...?」的句型
　　　「...bao nhiêu tuổi?」的句型
　　　「...bao nhiêu tiền?」的句型
　　　「...có bao nhiêu...?」的句型
　　　「...đã + ...bao giờ chưa?」的句型
　　　「..đã + ...chưa?」的句型

（三）練習造句

（四）會話練習

（五）回家作業

三母音

三母音是由三個母音所組成。

ai	ay	ây	ia	eo
oai	oay	uây	uya	oeo

備註：以上兩種拼音的發音是同音，但是三個母音之拼音部分是屬於長音及圓嘴張大之嘴型。

iu	ui	uy	ưi	ưu
iêu	uôi	uyu	ươi	ươu

備註：以上兩種拼音的發音是同音，但是三個母音之拼音部分是屬於長音。

詞彙之拼音練習 （請寫下練習的內容）

trái xoài	bao nhiêu
xoay xở	trẻ tuổi
quấy rối	khuỷu tay
ăn khuya	người nhà
ngoéo tay	rượu nho

練習造句的補充詞彙

có thể

可以 / 能

đồng Việt Nam

越南盾

không thể

不可以 / 不能 / 無法

nhiều

多的

tiền

錢

hộ chiếu

護照

Đài tệ

臺幣

chợ khuya/ chợ đêm

夜市

本課的重點語法

必備的基本知識	例子
* 句型： ...có thể... bao nhiêu...?	→ Em có thể ăn bao nhiêu trái xoài? *Em có thể ăn 2 trái xoài.
* 句型： ...bao nhiêu tuổi?	→ Anh bao nhiêu tuổi? *Tôi 32 tuổi.
* 句型： ...bao nhiêu tiền?	→ Một tô phở bò bao nhiêu tiền? *Dạ, 90 Đài tệ.
* 句型： ...có bao nhiêu...?	→ Nhà của chị có bao nhiêu người? *Dạ, 5 người.
* 句型： ...đã + ...bao giờ chưa?	→ Em đã bao giờ uống rượu nho chưa? *Dạ, rồi. *Dạ, chưa bao giờ.
* 句型： ..đã + ...chưa?	→ Mẹ đã về nhà chưa? *Dạ, rồi. *Dạ, chưa ạ.

造句練習

例句	延伸：加長句子、換其他詞彙等練習
Tôi không thể ăn xoài. 我不能吃芒果。	Tôi không thể ăn nhiều xoài. 我不能吃很多芒果。
Anh ấy có thể uống rượu nho. 他可以喝葡萄酒。	Anh ấy có thể uống bao nhiêu chai rượu nho? 他可以喝多少瓶葡萄酒？
Mẹ có hộ chiếu. 媽媽有護照。	Mẹ đã có hộ chiếu chưa? 媽媽已經有護照了嗎？
 他想要吃消夜。	 他現在想要吃消夜嗎？
 家人想要吃芒果。	 他的家人想要吃三顆芒果。
 我想要去夜市。	 我想要去夜市吃牛肉河粉。

會話練習　　（小組練習）

運用本課的詞彙和句型，與老師和同學練習對話。（請參考下列的對話範本）

A：Em đã bao giờ đi Hà Nội chưa?

A：你有去過河內了嗎？

B：Dạ, tuy là em rất thích Hà Nội, nhưng em chưa bao giờ đi ạ.

B：（是）雖然我很喜歡河內，但是我從沒去過啊！

A：Anh sẽ đi Hà Nội chơi vào ngày mai đấy!

A：我明天將要去河內玩喔！

B：Anh sẽ đi Hà Nội chơi bao nhiêu ngày?

B：你會去河內玩多少天？

A：Anh sẽ đi Hà Nội chơi 5 ngày.

A：我會去河內玩5天。

B：Anh đã có vi sa chưa?

B：你有簽證了嗎？

A：Rồi. Em có muốn đi Hà Nội chơi với anh không?

A：有了。你想要跟我去河內玩嗎？

B：Dạ muốn, nhưng em chưa xin vi-sa ạ.

B：想啊！但是我還沒有申請簽證。

回家作業　（針對本課的語法，結合已學過的詞彙造句。）

1. 我的朋友從沒喝過葡萄酒。

2.

3.

4.

5.

6.

Bài 7　Phụ âm cuối
第7課　尾音1
（-c / -t）

本課學習目標

（一）認識越南語的尾音 （-c / -t）

（二）必備的基本知識：

　　　＊認識

　　　「...tự ＋動詞」的句型

　　　「... 形容詞＋ ...quá!」的句型

（三）練習造句

（四）回家作業

尾音之拼音：尾音位於母音後方以及在字尾的部分。

越南語有八組尾音之拼音，分別是：

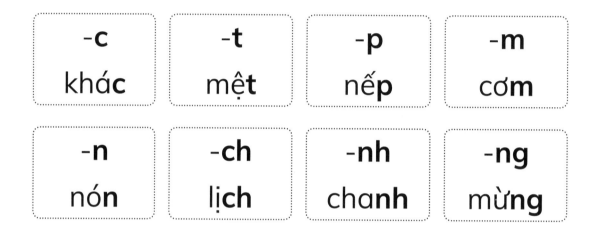

-c	-t	-p	-m
khá**c**	mệ**t**	nế**p**	cơ**m**

-n	-ch	-nh	-ng
nó**n**	lị**ch**	cha**nh**	mừ**ng**

尾音 c：尾音「c」會與「a、ă、â、e、o、ô、u、ư」8 個單母音結合，發音結束時嘴型要稍微張開（裂嘴型）。尾音「c」的單字結構中只出現兩種聲調，分別為銳聲（ˊ）和重聲（˙）。「oc / ôc / uc」這三個組發音時，必須要鼓口及闔口。

MP3-33

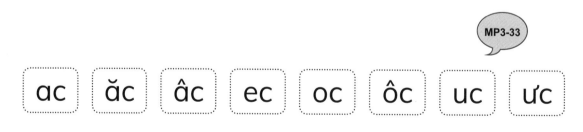

ac	ăc	âc	ec	oc	ôc	uc	ưc

詞彙之拼音練習 （請寫下練習的內容）

các anh

tự học

Đài Bắc

tàu cao tốc

gió bấc

chúc mừng

méc mẹ

nhức đầu

các anh / các chị / các em...

你們 / 妳們

tiếng Việt

越南語

sức khỏe

健康（名詞）

chúc

祝 / 祝福

dồi dào

充沛 / 充足

本課的重點語法

必備的基本知識	例子
* 句型： 　...tự ＋動詞	→Em ấy tự học nấu ăn.

造句練習

例句	延伸：加長句子、換其他詞彙等練習
Anh ấy học tiếng Việt. 他學越南語。	Anh ấy đã tự học tiếng Việt một năm rồi. 他已經自學越南語一年了。
Tôi muốn đi tàu cao tốc. 我想搭高鐵。	Tôi muốn đi tàu cao tốc đi Đài Bắc. 我想搭高鐵去臺北。
Mẹ sợ bị nhức đầu. 媽媽怕頭痛。	Khi đi máy bay mẹ rất sợ bị nhức đầu. 坐飛機的時候，媽媽很怕頭痛。
新年快樂！	祝你新年快樂！
我會跟媽媽告狀。	我會跟媽媽告狀，說爸爸喝很多酒。
他想坐高鐵。	他想坐高鐵去哪裡玩？

　　尾音 t（1）：尾音「t」會與 11 個單母音結合，本課先介紹它與排序在前面的「a、ă、â、e、ê、i」6 個單母音結合的部分，尾音「t」發音結束時，嘴型要稍微張開，舌尖稍微往上顎。尾音「t」的單字結構中，只會出現兩種聲調，分別為銳聲（´）和重聲（˙）。

MP3-36

| at | ăt | ât | et | êt | it |

MP3-37

詞彙之拼音練習 （請寫下練習的內容）

mát mẻ	yêu ghét
mất mặt	mệt mỏi
vật giá	thịt vịt

MP3-38

練習造句的補充詞彙

thịt heo / thịt lợn

豬肉

thịt ngỗng

鵝肉

vì vậy

因此

ăn chay

吃素

dạo này

最近

本課的重點語法

必備的基本知識	例子
* 句型： ... 形容詞＋ ...quá!	→ Ở đây mát quá!

造句練習

例句	延伸：加長句子、換其他詞彙等練習
Đài Bắc rất mát mẻ. 臺北很涼快。	Dạo này Đài Bắc rất mát mẻ. 最近臺北很涼快。
Mẹ của tôi ăn chay. 我的媽媽吃素。	Mẹ của tôi ăn chay nhiều năm rồi. 我的媽媽吃素很多年了。
Vật giá ở Đài Bắc cao quá! 在臺北的物價好高喔！	Vật giá ở Đài Bắc cao quá, vì vậy tôi mua nhà ở Đài Nam. 在臺北的物價好高，因此我在臺南買房子。
 我沒有錢。	 雖然我沒有錢，但是我不覺得丟臉。
 最近爸爸難以入眠。	 最近爸爸難以入眠，因此爸爸覺得很疲累。
 他很愛家人。	 我覺得他很愛家人。

回家作業 （針對本課的語法，結合已學過的詞彙造句。）

1. 雖然我的媽媽吃素，但是媽媽煮牛肉河粉給全家吃。

_____

2.

_____

3.

_____

4.

_____

5.

_____

6.

_____

Bài 8 Phụ âm cuối
第8課　尾音2
（ -t / -p ）

本課學習目標

（一）認識越南語的尾音 （ -t / -p）
（二）必備的基本知識：
　　　* 認識
　　　　「...tốt cho ＋人 / 事 / 物」的句型
　　　　「...tốt với ＋人 / 動物」的句型
　　　　「... ＋ phải không?」的句型
　　　　「...đang ＋動詞 / 形容詞 ...」的句型
　　　　「...sắp (sửa)...rồi.」的句型
　　　　「...thích hợp ＋動詞」的句型
　　　　「...thích hợp với ＋名詞」的句型
　　　* 量詞
（三）練習造句
（四）會話練習
（五）回家作業

尾音 t（2）：尾音「t」會與 11 個單母音結合，本課將介紹它與排序在最後的「o、
　　　　　　ô、ơ、u、ư」5 個單母音結合的部分。尾音「t」發音結束時，嘴
　　　　　　型要稍微張開，舌尖稍微往上顎。尾音「t」的單字結構中，只會
　　　　　　出現兩種聲調，分別為銳聲（ˊ）和重聲（˙）。

MP3-39

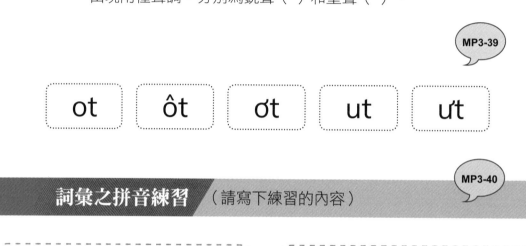

ot　ôt　ơt　ut　ưt

MP3-40

詞彙之拼音練習　（請寫下練習的內容）

giày cao gót

một chút

tốt cho

vứt rác

bớt giá

練習造句的補充詞彙

giày thể thao
運動鞋

mang / đeo
帶 / 穿 / 打（領帶）

hạ giá
降價 / 下價 / 打折

xe rác
垃圾車

một tí
一點點 / 一下下

本課的重點語法

必備的基本知識	例子
* 句型： ...tốt cho ＋人 / 事 / 物	→ Ngủ trễ không tốt cho sức khỏe.
* 句型： ...tốt với ＋人 / 動物	→ Anh ấy rất tốt với em.
* 句型： ... ＋ phải không?	→ Em ấy ghét nấu ăn, phải không?
* 句型： ...đang ＋動詞 / 形容詞 ...	→ Mẹ của tôi đang nấu ăn.
* 量詞：	→ đôi (giày cao gót)

造句練習

例句	延伸：加長句子、換其他詞彙等練習
Chị ấy không thích mang giày cao gót. 她不喜歡穿高跟鞋。	Khi đi chơi xa, chị ấy không thích mang giày cao gót. 當去遠方遊玩時，她不喜歡穿高跟鞋。
Giày thể thao đang hạ giá. 運動鞋在打折。	Khi giày thể thao đang hạ giá, thì mẹ mua một đôi giày thể thao. 當運動鞋在打折時，媽媽買一雙運動鞋。
Bớt giá một chút. 降價一點。	Anh ấy muốn tôi bớt giá cho anh ấy một chút. 他想要我給他降價一點點。
  他去丟垃圾。	 他已經去丟垃圾了嗎？
  不喝酒對健康好。	 媽媽説，不喝酒會對爸爸的健康好。
  他買運動鞋。	 他買一雙運動鞋給媽媽，是嗎？

尾音 p：尾音「p」會與「a、ă、â、e、ê、i、o、ô、ơ、u」10 個單母音結合，
　　　發音結束時，嘴唇要闔上（屬於唇音），尾音「p」的單字結構中，只會
　　　出現兩種聲調，分別為銳聲（ˊ）和重聲（˙）。

MP3-42

ap	ăp	âp	ep	êp

ip	op	ôp	ơp	up

紅教堂 Nhà thờ Đức Bà

MP3-43

詞彙之拼音練習 （請寫下練習的內容）

xe đạp

có dịp

sắp sửa

góp ý

nhập khẩu

cơm hộp

xinh đẹp

thích hợp

nhà bếp

chụp ảnh

練習造句的補充詞彙

biết

會（經過學習而會）/ 知道 / 懂得

chụp hình

拍照

cơ hội

機會

本課的重點語法

必備的基本知識	例子
* 句型： 　...sắp (sửa)...rồi.	→ Ông ấy sắp sửa về hưu rồi.
* 句型： 　...thích hợp ＋動詞	→ Em không thích hợp uống cà phê.
* 句型： 　...thích hợp với ＋名詞	→ Mẹ thích hợp với áo dài.
* 量詞：	→ chiếc (xe ô tô), hộp (cơm hộp)

造句練習

例句	延伸：加長句子、換其他詞彙等練習
Tôi biết chạy xe đạp. 我會騎腳踏車。	Nếu tôi biết chạy xe đạp thì ba sẽ mua xe đạp cho tôi. 如果我會騎腳踏車，爸爸就會買腳踏車給我。
Tôi sắp có xe đạp rồi. 我快要有腳踏車了。	Tôi sắp có một chiếc xe đạp nhập khẩu rồi. 我快要有一輛進口的腳踏車了。
Nhà bếp của mẹ rất xinh đẹp. 媽媽的廚房很漂亮。	Nhà bếp của mẹ rất xinh đẹp, vì vậy mẹ rất thích nấu ăn. 媽媽的廚房很漂亮，因此媽媽很喜歡做飯。
我建議她學越南語。	我建議她，如果有機會就學越南語。
我適合拍照。	他說我漂亮很適合拍照。
我在吃便當。	我在吃她買的便當。

會話練習 （小組練習）

運用本課的詞彙和句型，與老師和同學練習對話。（請參考下列的對話範本）

A : Giày thể thao của em đẹp quá!

A：你的運動鞋好漂亮哦！

B : Dạ, em cảm ơn chị ạ.

B：（是）謝謝學姊。

A : Em mua đôi giày này bao nhiêu tiền?

A：你買這雙多少錢？

B : Dạ, 1.590 Đài tệ.

B：（是）1590 元臺幣。

A: Đôi giày này rất thích hợp với em đấy!

A：這雙鞋子很適合你喔！

B : Em mua khi giày thể thao đang hạ giá ạ.

B：運動鞋是在打折時我買的。

A : Em mua ở đâu?

A：你在哪裡買？

B : Dạ, em mua ở Đài Bắc.

B：（是）我在臺北買的。

回家作業 （針對本課的語法，結合已學過的詞彙造句。）

1. 姊姊不喜歡我幫她拍照。

2. 他一天可以吃三個便當。

3.

4.

5.

6.

Bài 9 Phụ âm cuối
第9課　尾音3
（ -m / -n ）

本課學習目標

（一）認識越南語的尾音（ -m / -n ）
（二）必備的基本知識：
　　　＊認識
　　　　「...phải ＋動詞 / 形容詞」的句型
　　　　「...không cần phải ＋動詞 / 形容詞」的句型
　　　　「...không phải là ＋名詞」的句型
　　　　「形容詞 / 心理活動的動詞＋ hơn」的句型
　　　＊問名字的說法
　　　＊này 的用法
　　　＊日子的說法
（三）練習造句
（四）回家作業

尾音 m：尾音「m」會與「a、ă、â、e、ê、i、o、ô、ơ、u」10 個單母音結合，
　　　　發音結束時嘴唇要闔上（屬於唇音）。

am	ăm	âm	em	êm

im	om	ôm	ơm	um

檳城市場　Chợ Bến Thành

詞彙之拼音練習 （請寫下練習的內容）

đi làm	tìm hiểu
nắm bắt	thu gom
hiểu lầm	hôm nay
xem phim	dậy sớm
chợ đêm	sum họp

MP3-48

練習造句的補充詞彙

văn hóa	ngủ sớm
文化	早睡

本課的重點語法

必備的基本知識	例子
* 句型： ... phải ＋動詞／形容詞	→ Hôm nay em phải ngủ sớm.
* 句型： ... không cần phải ＋動詞／形容詞	→ Ba đã về hưu rồi, bây giờ ba không cần phải dậy sớm đi làm.
* 句型： ...không phải là ＋名詞	→ Anh ấy không phải là bạn của em.
* 日子的說法：	→ hôm qua, hôm kia, ngày mai, ngày mốt

造句練習

例句	延伸：加長句子、換其他詞彙等練習
Chị ấy đã đi làm. 她已經去工作。	Chị ấy đã đi làm chưa? 她已經去工作了嗎？
Em phải nắm bắt cơ hội. 我要把握機會。	Mẹ nói em phải biết nắm bắt cơ hội. 媽媽說我要懂得把握機會。
Hôm nay em dậy sớm. 我今天早起。	Hôm nay là chủ nhật, vì vậy em không cần phải dậy sớm. 今天是星期日我不必要早起。
  這是夜市。	 這是昨天他和朋友去的夜市。
  他想了解越南文化。	 他在看越南影片，因為想了解越南文化。
  全家團聚。	 當全家團聚時，爸爸媽媽很開心。

尾音 n：尾音「n」會與「a、ă、â、e、ê、i、o、ô、ơ、u」10 個單母音結合。
　　　發音結束時，嘴型的變化都是以其前方母音之嘴型為主，但嘴唇都要稍
　　　微張開。

MP3-49

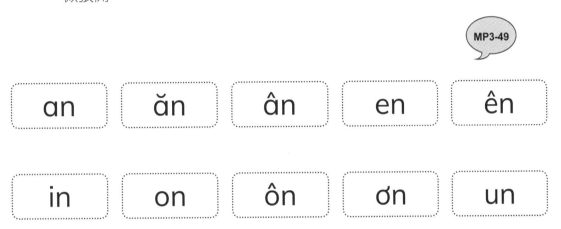

| an | ăn | ân | en | ên |
| in | on | ôn | ơn | un |

胡志明陵寢 Lăng Bác Hồ

詞彙之拼音練習 （請寫下練習的內容）

MP3-50

bạn trai

tự tin

cằn nhằn

con gái

cân nhắc

kết hôn

khen ngợi

lớn hơn

họ tên

bún chả

練習造句的補充詞彙

bạn nam

男性朋友

làm đẹp

愛打扮（愛美）

bạn nữ

女性朋友

món đặc sản

特產 / 特色美食

本課的重點語法

必備的基本知識	例子
* 問名字的說法：	→ Anh tên là gì? Tên anh là gì? Họ tên của anh là gì?
* này 的使用方法：	→ Người này là bạn của em.
* 句型： 形容詞 / 心理活動的動詞＋ hơn	→ Em ấy cao hơn chị của em ấy.

造句練習

例句	延伸：加長句子，換其他語詞等練習
Anh ấy là bạn trai của em. 他是我男朋友。	Anh ấy là bạn trai của em, phải không? 他是我男朋友，是嗎？
Tôi bị mẹ cằn nhằn. 我被媽媽碎碎念。	Tôi bị mẹ cằn nhằn, vì hôm qua ngủ trễ. 我被媽媽碎碎念，因為昨天晚睡覺。
Ba khen ngợi tôi. 爸爸誇獎我。	Khi ba khen ngợi tôi, thì tôi cảm thấy rất tự tin. 爸爸誇獎我的時候，我覺得很有信心。
   女生喜歡愛打扮。	 女生比男生喜歡愛打扮。
   姊姊謹慎思考這個問題。	 姊姊想要結婚，媽媽說姊姊要謹慎思考這問題。
   烤肉米粉湯是河內的特色美食。	 烤肉米粉湯是爸爸很喜歡的河內特色美食。

回家作業　（針對本課的語法，結合已學過的詞彙造句。）

1. 爸爸比媽媽大五歲。

2. 我男朋友不喜歡被他爸爸碎碎念。

3.

4.

5.

6.

Bài 10 Phụ âm cuối
第10課 尾音4
（-ch / -nh / -ng）

本課學習目標

（一）認識越南語的尾音 （-ch / -nh / -ng）
（二）必備的基本知識：
　　　* 越南的 5 個直轄市
　　　* 臺灣的 6 都
　　　* 月份的說法
　　　* 第一人稱的複數
　　　* 數字
（三）練習造句
（四）會話練習
（五）回家作業

尾音 ch / nh：尾音「ch / nh」會與「a、ê、i」3 個單母音結合，發音結束時，嘴型要稍微張開（以舌面發音），尾音為「ch」的單字結構中，只會出現兩種聲調，分別為銳聲（´）和重聲（˙）。

MP3-52

| ach | êch | ich | anh | ênh | inh |

MP3-53

詞彙之拼音練習　（請寫下練習的內容）

khách sạn	thành phố
lếch thếch	bệnh viện
du lịch	thông minh

MP3-54

練習造句的補充詞彙

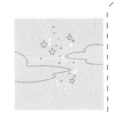

sao

星星 / 星級

tỉnh

省分

lôi thôi

邋裡 / 邋遢

nằm viện

住院

ăn mặc

穿著

本課的重點語法

必備的基本知識	例子
* 越南的 5 個直轄市：	→ thành phố HCM、Hà Nội、Hải Phòng、Đà Nẵng、Cần Thơ
* 臺灣的 6 都：	→ Đài Bắc、Tân Bắc、Đào Viên、Đài Trung、Đài Nam, Cao Hùng
* 數字：	→ trăm nghìn、triệu

造句練習

例句	延伸：加長句子、換其他詞彙等練習
Chị ấy ở khách sạn 5 sao. 她住 5 星級飯店。	Chị ấy ở khách sạn 5 sao một đêm bao nhiêu tiền? 她住 5 星級飯店一晚多少錢？
Ba tôi đi du lịch. 我爸爸去旅遊。	Khi ba tôi đi du lịch, ba tôi thích ở khách sạn 5 sao. 當我爸爸去旅遊時，我爸爸喜歡住五星級飯店。
Tôi ăn mặc lếch thếch. 我穿著邋遢。	Mẹ không thích tôi ăn mặc lôi thôi lếch thếch. 媽媽不喜歡我穿著邋裡邋遢。
  越南有 5 個大城市。	 雖然越南有 63 個省市，但只有 5 個大城市
  他是一個聰明的人。	 姊姊說，他是一個聰明以及有趣的人。
  他的媽媽住院了。	 他的媽媽住院已經 5 天了。

尾音 ng：尾音「ng」會與「a、ă、â、e、o、ô、u、ư」8個單母音結合，除了「ong、ông、ung」發音結束時，需要鼓口、闔口外；其他組合發音時，嘴型要稍微張開（嘴型的變化是以其前面母音之嘴型為主）。

MP3-55

| ang | ăng | âng | eng |

| ong | ông | ung | ưng |

國字監 Quốc Tự Giám

MP3-56

詞彙之拼音練習 （請寫下練習的內容）

tháng tư

quan trọng

căng thẳng

công ty

vâng lời

chúng ta

đánh kẻng

thú cưng

練習造句的補充詞彙

mưa

下雨

nuôi

養 / 養育

cha mẹ

父母親

cùng

一起 / 陪

gia đình

家庭

本課的重點語法

必備的基本知識	例子
* 月份的說法：	→ tháng một... tháng mười hai
* 第一人稱的複數：	→ chúng ta / chúng tôi
* 數字：	→ trăm triệu, tỷ

造句練習

例句	延伸：加長句子、換其他詞彙等練習
Tháng tư ở Hà Nội không có mưa. 在河內四月份沒有下雨。	Tháng tư ở Hà Nội không có mưa, rất thích hợp đi du lịch. 在河內四月份沒有下雨，很適合去旅行。
Em ấy cảm thấy căng thẳng. 他覺得緊張。	Khi học tiếng Việt, em ấy cảm thấy rất căng thẳng. 學越南語的時候，他覺得很緊張。
Cha mẹ rất quan trọng. 父母很重要。	Cha mẹ rất quan trọng với tôi. 父母對我很重要。
 父母給（讓）他養寵物。	 父母給（讓）他養寵物，是因為他聽父母的話。
 我們的公司很大。	 在臺灣我們的公司很大。
 咱們學越南語。	 咱們一起學越南語喔！

會話練習　（小組練習）

運用本課的詞彙和句型，與老師和同學練習對話。（請參考下列的對話範本）

A : Tháng tư ở Hà Nội có mưa không, chị?

A：在河內的四月份有下雨嗎，學姊？

B : Không có, đây là tháng rất thích hợp đi du lịch.

B：沒有，這是很適合去旅遊的月份。

A : Vậy ở Hà Nội có khách sạn 3 sao không?

A：那麼河內有 3 星級飯店嗎？

B : Có chứ, em muốn đi Hà Nội du lịch, phải không?

B：有啊，你想去河內旅遊，是嗎？

A : Dạ, nhưng bây giờ em thích hợp đi TPHCM du lịch hơn.

A：是的，但是現在我比較適合去胡志明市旅遊。

B : Tại sao?

B：為什麼？

A : Tại vì công ty của ba em ở TPHCM. Ba muốn em đi TPHCM chơi với ba.

A：因為我爸爸的公司在胡志明市，爸爸想要我去胡志明市陪爸爸玩。

B: Ồ, thích thế!

B：哇！那麼好！

回家作業　（針對本課的語法，結合已學過的詞彙造句。）

1. 當知道要去見重要的人的時候，我就很緊張。

2. 我父母想要女兒快樂，勝過於要女兒早結婚。

3.

4.

5.

6.

Bài 11 Phụ âm cuối
(kết hợp với đa nguyên âm)
第11課 多母音之尾音1

本課學習目標

（一）認識越南語的多母音之尾音（ iê- / yê- / oǎ- / oe- / uâ- / uy- ）
（二）必備的基本知識：
　　　 * 認識
　　　「...được ＋動詞」的句型
　　　「...thỉnh thoảng ＋動詞」的句型
　　　「Thỉnh thoảng ＋主詞＋動詞」的句型
　　　「...hoàn toàn ＋動詞」的句型
　　　「...hay là...?」的句型
（三）練習造句
（四）回家作業

多母音尾音之拼音

與 iê / yê 結合的各種尾音

| iêc | iêt | iêp | iêm | iên | iêng | yêm | yên |

與 oa 結合的各種尾音

| oac | oat | oan | oach | oanh | oang |

MP3-61

詞彙之拼音練習　（請寫下練習的內容）

làm việc

điện thoại

quen biết

tiền riêng

danh thiếp

cái yếm

trách nhiệm

yên tâm

áo khoác

kế hoạch

linh hoạt

kinh doanh

hoàn toàn

thỉnh thoảng

練習造句的補充詞彙

được

得以 / 獲得 / 被

lên kế hoạch

計畫（動詞）

gọi điện thoại

打電話

hữu hạn

有限

本課的重點語法

必備的基本知識	例子
* 句型： 　...được ＋動詞	→ Rất vui được quen biết anh.
* 句型： 　...thỉnh thoảng ＋動詞 　Thỉnh thoảng ＋主詞＋動詞	→ Tôi thỉnh thoảng đi xem phim.
* 句型： 　...hoàn toàn ＋動詞	→ Anh ấy hoàn toàn không hiểu tôi muốn gì.

造句練習

例句	延伸：加長句子、換其他詞彙等練習
Ba của tôi làm việc ở Việt Nam. 我的爸爸在越南工作。	Ba của tôi đã làm việc ở Việt Nam hơn 20 năm rồi. 我的爸爸已在越南工作超過 20 年了。
Tôi không có danh thiếp của chị ấy. 我沒有她的名片。	Tuy quen biết chị ấy, nhưng tôi không có danh thiếp của chị ấy. 雖然認識她，但是我沒有她的名片。
Mỗi ngày gọi điện thoại thăm khách hàng. 每天打電話問候客戶。	每天打電話問候客戶是我的責任。
我有私房錢。	因為我有私房錢，所以當我一個人去旅行時，媽媽很放心。
他計畫去越南旅遊。	他計畫明年會去越南旅遊十天。
爸爸經營一家公司。	爸爸想要經營一家有限責任公司。

MP3-63

與 oă / oe 結合的各種尾音

oăc	oăt	oăn	oăm	oăng	oet	oen

MP3-64

與 uâ / uy 結合的各種尾音

uât	uân	uâng
uyt	uych	uynh

詞彙之拼音練習 （請寫下練習的內容）

hoặc là

con hoẵng

nhọn hoắt

lở loét

tóc xoắn

hoen ố

mũi khoặm

luật lệ

xe buýt

tuân thủ

huỵch toẹt

quầng thâm

huynh đệ

MP3-66

練習造句的補充詞彙

tàu điện ngầm

捷運

đều

都

cả hai

兩者

giao thông

交通

本課的重點語法

必備的基本知識	例子
* 句型： ....hay là....?	→ Anh muốn đi xe buýt hay là đi tàu điện ngầm? · Dạ, xe buýt. · Dạ, tàu điện ngầm. · Dạ, cả hai đều muốn. · Dạ, cả hai đều không muốn.
* 同義詞	→ huynh đệ = anh em

造句練習

例句	延伸：加長句子，換其他語詞等練習
Chúng ta phải tuân thủ luật lệ giao thông. 我們必須遵守交通規則。	Khi lái xe chúng ta phải tuân thủ luật lệ giao thông. 開車時，我們必須遵守交通規則。
Tôi để tóc xoắn. 我留捲髮。	Mẹ không thích tôi để tóc xoắn hoặc là tóc dài. 媽媽不喜歡我留捲髮或是長髮。
   他搭巴士去工作。	 他偶爾搭巴士去台北工作。

回家作業　（針對本課的語法，結合已學過的詞彙造句。）

1. 我的媽媽不喜歡太直接的人。

2. 媽媽的外套已經泛黃了。

3.

4.

5.

6.

Bài 12 Phụ âm cuối
(kết hợp với đa nguyên âm)
第12課　多母音之尾音2

本課學習目標

（一）認識越南語的多母音之尾音（uyê- / uê- / uô- / ươ-）
（二）必備的基本知識：
　　　* 認識
　　　　「...luôn luôn ＋動詞 / 形容詞」的句型
　　　* 介詞的用法
　　　* 同義詞的用法
（三）練習造句
（四）朗讀練習

多母音尾音之拼音

MP3-67

與 uyê / uê 結合的尾音

| uyêt | uyên | uêch | uênh |

MP3-68

與 uô 結合的尾音

| uôc | uôt | uôm | uôn | uông |

詞彙之拼音練習 （請寫下練習的內容）

thuyết phục

hút thuốc

luyện tập

suốt ngày

khuếch tán

nhuộm tóc

huênh hoang

luôn luôn

xuống xe

MP3-70

練習造句的補充詞彙

khuyên

勸 / 勸導

lên

上（動詞 / 介詞）

đừng

別 / 勿 / 不要

本課的重點語法

必備的基本知識	例子
* 句型： ...luôn luôn ＋動詞／形容詞	→ Tôi luôn luôn luyện tập tiếng Việt với bạn học.
* 介詞的用法：	→ đi lên / đi xuống

造句練習

例句	延伸：加長句子、換其他詞彙等練習
Ba mua điện thoại thông minh cho tôi. 爸爸買智慧型手機給我。	Tôi thuyết phục ba mua điện thoại thông minh cho tôi. 我說服爸爸買智慧型手機給我。
Ba hút thuốc. 爸爸抽菸。	Mẹ khuyên ba đừng hút thuốc. 媽媽勸爸爸別抽菸。
  他吹牛他很優秀。	 他整天吹牛他很優秀。
  媽媽染髮。	 媽媽今天去染髮。

與 ươ 結合的尾音

ươc	ươt	ươp	ươm	ươn	ương

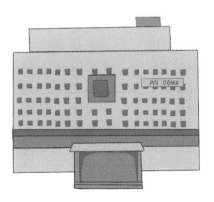

安東市場　Chợ An Đông

詞彙之拼音練習 （請寫下練習的內容）

nước ngoài

Hồ Gươm

vượt qua

vay mượn

ướp lạnh

yêu thương

練習造句的補充詞彙

cho mượn / cho vay

出借

dạo mát

兜風

本課的重點語法

必備的基本知識	例子
* 同義詞的用法：	→ vay mượn / vay = mượn

造句練習

例句	延伸：加長句子、換其他詞彙等練習
Người nước ngoài thích Hồ Gươm. 外國人喜歡「還劍湖」。	Người nước ngoài thích dạo mát ở Hồ Gươm. 外國人喜歡在「還劍湖」兜風。
他跟我借錢。	他從沒跟我借錢。
冷藏的啤酒很好喝。	我的爸爸覺得冷藏的啤酒很好喝。

朗讀練習

1.   Khi người nước ngoài đến Việt Nam du lịch, thì họ thường đi tham quan Vịnh Hạ Long.

外國人來越南旅遊時，他們常去參觀下龍灣。

2.   Thành phố Hồ Chí Minh là thành phố lớn nhất và phát triển nhất tại Việt Nam.

胡志明市是越南最大、最發達的城市。

3.   Bún chả là món đặc sản được nhiều người yêu thích khi đến thăm Hà Nội.

烤肉米線湯是許多人造訪河內時喜歡的特色菜餚。

4.   Nếu có cơ hội học ngoại ngữ, thì anh ấy muốn học tiếng Việt.

如果有機會學習外語，他就想學習越南語。

5.   Chiếc áo dài thướt tha luôn là niềm tự hào của người phụ nữ Việt Nam.

飄逸的奧黛（越南傳統服裝）一直是越南女性的驕傲。

第二部分

越南語會話

Bài 13 Chào hỏi
第13課 打招呼問候

本課學習目標

（一）認識生活中常用打招呼、寒暄的會話內容
（二）認識語法：
　　　「主詞＋ có ＋動詞／形容詞／名詞＋ không?」的句型
　　　「...thế nào? / thì sao?」的句型
　　　「rất / lắm / quá」的使用方法與差異
　　　「子句＋ nhỉ?」的句型
　　　「Vì ＋子句 1 ...nên ＋子句 2」的句型
　　　「主詞＋名詞＋ nào ＋ cũng ＋動詞／形容詞＋ cả / hết」的句型
　　　「nhé」的使用方法
（三）測驗練習題
（四）課文閱讀

A. Hội thoại　會話

Tuấn:　Em chào chị ạ.
　　　　學姊好。

Linh:　Chào em, em có khỏe không?
　　　　你好，你好嗎？

Tuấn:　Dạ em khỏe, cảm ơn chị ạ, còn chị thế nào?
　　　　我（很）好，謝謝妳，那妳如何？

Linh:　Ừ, chị vẫn thường, cảm ơn em. Thế, dạo này em có bận lắm không?
　　　　嗯，我還好，謝謝你！那，你最近是不是很忙呢？

Tuấn:　Dạ, em bận lắm. Khoa của em thường tổ chức rất nhiều hoạt động.
　　　　是，我很忙。我系上常辦很多活動。

Linh: Ồ, thích quá nhỉ!

哇！這麼好！

Tuấn: Vâng, nhưng là sinh viên năm thứ hai, nên em có nhiều báo cáo phải làm lắm ạ.

是的，不過我是大二生，所以也有很多要做的報告呀！

Linh: Ồ, mệt nhỉ? học Cao học như chị thì tuần nào cũng báo cáo với báo cáo, ngày nào chị cũng cảm thấy thiếu ngủ cả.

嗯，很累吧？像我這樣念研究所（則）每週都是報告和報告！我每天都覺得睡不夠啊！

Tuấn: Dạ, em cũng thấy thế. Chị nhớ giữ gìn sức khỏe nhé!

是啊，我也是這樣覺得。妳記得要保重身體喔！

Linh: Cảm ơn em. Khi nào rảnh cùng đi ăn cơm với chị nhé!

謝謝你。什麼時候有空跟我一起去吃飯喔（好嗎）！

Tuấn: Dạ, vâng ạ. Hôm nay rất vui được gặp chị ở đây.

好的。今天很開心可以在這邊遇見妳。

Đại từ nhân xưng　人稱代名詞

人稱代名詞	單數	複數
第一人稱	tôi　我（對不熟的平輩或晚輩，或一般人對話時的自稱）	chúng tôi　我們（對不熟的平輩或晚輩，或一般人對話時稱自己的群體） chúng ta　咱們（在自己群體中稱自己，適用於大、小群體） chúng mình　咱們（在自己群體中稱自己，適用於小群體或伴侶間）
	em　我（對前輩，或女性對其伴侶對話時的自稱）	chúng em　我們（對前輩，或女性對其伴侶對話時稱自己的群體）
	anh　我（男性對晚輩或其伴侶對話時的自稱）	tụi anh / bọn anh　我們（男性對晚輩或其伴侶對話時稱自己的群體）
	chị　我（女性對晚輩對話時的自稱）	tụi chị / bọn chị　我們（女性對晚輩對話時稱自己的群體）
	mình　我（對平輩或朋友對話時的自稱）	bọn mình　我們（對平輩或朋友對話時稱自己的群體）
	tớ　我（對平輩或朋友對話時的自稱）	bọn tớ　我們（對平輩或朋友對話時稱自己的群體）
	tao / tau　我（對平輩對話時的自稱，屬比較不文雅或不太禮貌的稱呼）	tụi tao / tụi tau　我們（對平輩對話時稱自己的群體，屬比較不文雅或不太禮貌的稱呼）

第二人稱	ông　您（對有年紀或地位的男性稱呼對方）	các ông　您們（對有年紀或地位的男性們稱呼對方）
	bà　您（對有年紀或地位的女性稱呼對方）	các bà　您們（對有年紀或地位的女性們稱呼對方）
	anh　你（對比自己年長的男性，或對成年男性，或女性對男伴稱呼對方）	các anh / mấy anh　你們（對比自己年長的男性們或對成年男性們稱呼對方）
	chị　妳（對比自己年長或有地位的女性稱呼對方）	các chị / mấy chị　妳們（對比自己年長或有地位的女性們稱呼對方）
	cô　妳（對一般年輕女性稱呼對方）	các cô / mấy cô　妳們（對一般年輕女性們稱呼對方）
	em　你 / 妳（對晚輩男女性，或男性對女伴稱呼對方）	các em / mấy em　你 / 妳們（對晚輩男女性們稱呼對方）
	bạn　你 / 妳（對一般男女性朋友稱呼對方）	các bạn　你 / 妳們（對一般男女性朋友們稱呼對方）
	cậu　你 / 妳（對一般平輩男女性朋友稱呼對方）	các cậu　你 / 妳們（對一般平輩男女性朋友們稱呼對方）
	mày / mi　你 / 妳（對平輩男女性稱呼對方，屬比較不文雅或不太禮貌的稱呼）	chúng mày / chúng mi　你 / 妳們（對平輩男女性們稱呼對方，屬比較不雅或不太禮貌的稱呼）
		tụi bây　你 / 妳們（對平輩男女性們稱呼對方，屬比較不雅或不太禮貌的稱呼）

第三人稱	ông ấy 他（對有年紀或地位的男性稱呼對方）	các ông ấy / mấy ông ấy 他們（對有年紀或地位的男性們稱呼對方）
	bà ấy 她（對有年紀或地位的女性稱呼對方）	các bà ấy / mấy bà ấy 她們（對有年紀或地位的女性們稱呼對方）
	anh ấy / anh ta 他（對比自己年長的男性或對成年男性，或女性對男伴稱呼對方）	các anh ấy / mấy anh ấy 他們（對比自己年長的男性們或對成年男性們稱呼對方）
	chị ấy / chị ta 她（對比自己年長或有地位的女性稱呼對方）	các chị ấy / mấy chị ấy 她們（對比自己年長或有地位的女性們稱呼對方）
	cô ấy / cô ta 她（對一般年輕女性稱呼對方）	các cô ấy / mấy cô ấy 她們（對一般年輕女性們稱呼對方）
	em ấy 他 / 她（對晚輩男女性，或男性對女伴稱呼對方）	các em ấy / mấy em ấy 他 / 她們（對晚輩男女性們稱呼對方）
	bạn ấy 他 / 她（對一般男女性朋友稱呼對方）	các bạn ấy / mấy bạn ấy 他 / 她們（對一般男女性朋友們稱呼對方）
	cậu ấy 他 / 她（對一般平輩男女性朋友稱呼對方）	các cậu ấy / mấy cậu ấy 他 / 她們（對一般平輩男女性朋友們稱呼對方）
	hắn / hắn ta 他（對一般男性稱呼對方，屬不熟悉或不太尊重）	họ 他們（對一般男女性的統稱，不分性別年齡）
	ả / cô ả 她（對一般女性稱呼對方，屬不熟悉或不太尊重）	
	nó 他 / 她 / 它（對一般男女性稱呼對方，屬不尊重用語，或用來稱自己孩子或動物）	chúng nó 他 / 她 / 它們（對一般男女性們稱呼對方，屬不尊重用語，或用來暱稱自己孩子或動物）

解釋	* 越南人在稱呼方面，比較注重「親人一樣的感覺」，喜歡選擇比較親切的方式來表達，所以不常用「你」（mày, mi）、「我」（tao, tau）、「他」（hắn, ả）等代名詞來自稱或稱呼對方，而是以家人一般的輩份之稱謂，如，「anh」（哥哥）、「chị」（姊姊）、「bác」（伯父）、「thím」（嬸嬸）來稱呼對方。 * 在家人關係中，父母親與其子女會以「bố」或「ba」（指爸爸），「mẹ」或「má」（指媽媽）與「con」（指孩子）之輩份關係的稱謂來互相稱呼。 *而兄弟姊妹，也是以兄弟妹（「anh」哥哥，「em」弟弟或妹妹）或姊弟妹（「chị」姊姊，「em」弟弟或妹妹）之輩份關係的稱謂來稱呼彼此。 * 至於其他的親戚朋友，也是以其他的親戚朋友之輩份關係的稱謂來稱呼對方。

Từ mới hội thoại　會話生詞　MP3-76

1. xin chào / chào
（您）好 / 打招呼 / 再見

2. ạ　啊（禮貌的語氣助詞）

3. khỏe mạnh / sức khỏe　健康

4. vẫn thường　還好（跟平常一樣）

5. cảm ơn / cám ơn　謝謝

6. còn　還有 / 那麼

7. vâng ạ / dạ vâng　是的

8. thế thì / thế / vậy
那麼 / 啊 / 呀 / 這樣

9. dạo này / gần đây　最近

10. bận / bận rộn　忙 / 忙碌

11. khoa　學系 / 科

12. thường　常 / 常常 / 普通

13. tổ chức　舉辦 / 辦

14. hoạt động　活動

15. nhưng　但是

16. sinh viên năm thứ 2
2 年級大學生

17. mệt / mệt mỏi　累 / 疲累

18. Cao học　研究所（指學制）

19. như　如 / 像

20. tuần　週 / 星期

21. báo cáo　報告

22. thiếu ngủ　睡眠不夠 / 睡眠不足

23. giữ gìn　保重 / 維持

24. rảnh / rỗi　有空

25. ăn cơm　吃飯

26. vui　開心 / 高興 / 好玩

B. Ngữ pháp　語法句型

1. 句型：主詞＋ **có** ＋名詞／動詞（心理活動的動詞及行動的動詞）／形容詞＋ **không?**：

此句型主要用於詢問主詞是否擁有某某（名詞）或是否有在進行某個動作／行為（行動的動詞），或處在某個狀態（心理活動的動詞）或是否有某個特質（形容詞）。回答此問題時，可以用簡單的「có」或「không có」來回應。若是晚輩與前輩或長輩對話時，都應該先用「dạ」（禮貌的語助詞）來回應，然後再加上其選擇的答案並加「ạ」在句尾，以表達禮貌和尊重。

例如：1.　Khoa Ngôn ngữ học **có** sinh viên nước ngoài **không**?

語言學系有外籍學生嗎？

答：**Dạ**, có ạ. (Dạ. khoa Ngôn ngữ học có sinh viên nước ngoài ạ.)

是，有啊。（是，語言學系有外籍學生。）

或　**Dạ**, không có ạ. (Dạ. khoa Ngôn ngữ học không có sinh viên nước ngoài ạ.)

是，沒有啊。（是，語言學系沒有外籍學生。）

2.　Em ấy **có** chào thầy giáo **không**?

他有向老師打招呼嗎？

答：**Dạ**, có ạ. 是，有啊。

或　**Dạ**, không có ạ. 是，沒有啊。

在此句型中，若是詢問主語有沒有某個性質（通常「có」的後方是形容詞）或處在某狀態（通常「có」的後方是心理活動的動詞／形容詞），在回答此問題時，除了可以用簡單的「có」或「không có」來回應外，大部分越南人都習慣以該性質或狀態的詞彙（即該形容詞或心理活動的動詞）來回覆對方。而此時，疑問句子中的「có」可以省略。

例如：1.　Bà ấy (**có**) bận **không**? 她有忙嗎（她忙不忙）？

　　答：**Dạ**, bận lắm ạ. 是，很忙啊

　　或　**Dạ**, không bận lắm ạ. 是，不是很忙啊。

　　2.　Anh ấy (**có**) thích đi du lịch **không**? 他喜歡去旅遊嗎？

　　答：**Dạ**, thích ạ. 是，喜歡啊。

　　或　**Dạ**, không thích ạ. 是，不喜歡啊。

2. 句型：...thế nào? / thì sao?（……如何？ / 怎麼樣？）

　　此句型主要是用來詢問某人對某人、事、物的看法。若詢問過程中同時有兩個選項時，第一個問題通常會用「thế nào?」詢問，第二個則習慣用「thì sao?」詢問。回答此問題時，一般會依個人的實際想法答覆。

例如：1.　Anh ấy cảm thấy cuộc sống ở Đài Bắc **thế nào**?
　　　　他覺得在臺北的生活如何？

　　答：Dạ, anh ấy cảm thấy cuộc sống ở Đài Bắc thú vị lắm ạ!
　　　　是，他認為在臺北的生活很有趣啊！

　　2.　Bạn ấy cho rằng bài tập này **thế nào**?
　　　　他認為這份作業如何？

　　答：Dạ, bạn ấy cho rằng bài tập này rất khó ạ.
　　　　是，他認為這份作業很難。

　　　　Còn em cảm thấy **thì sao**?
　　　　那你覺得怎麼樣？

　　答：Dạ, em cảm thấy không khó lắm ạ.
　　　　是，我覺得這份作業不是很難。

3. 「**lắm、rất**」和「**quá**」的用法：

　　「lắm、rất、quá」都是指「很」的意思，不過「lắm」通常是放在形容詞或心理活動的動詞後面（偏口語），而「rất」是放在形容詞或心理活動的動詞前方。至於當「quá」出現在形容詞或心理活動的動詞後方時，除了指「很」還會帶有語氣助詞「喔」的意思，適用於讚嘆或自我感嘆的情境。此外，若「lắm」出現在否定句子中，此時則表示說話的人會有保留的態度，並非絕對否定某人、事、物。

例如：1. Cô ấy bận **lắm**. 她很忙。

　　　　（Cô ấy **không** bận **lắm**. 她不是挺忙。）

　　　2. Tôi **rất** thích cô ấy. 我很喜歡她。

　　　3. Em thấy mệt **quá**! 我覺得好累喔！

4. 句型：子句＋ **nhỉ?**：

　　此句型主要是說話者用來尋求別人對自己的看法表示認同，並非純粹詢問問題，此時的「nhỉ」相當於中文的「對吧」。回答此問題時，一般都會依個人的實際想法答覆。除此之外，「nhỉ」也會出現在自問自答的句子中，此時的「nhỉ」相當於中文的「呢」。

例如：1. Cô ấy đẹp quá **nhỉ**? 她好美，對吧？

　　　答：Dạ, phải. Cô ấy đẹp thật! 是，她真的很美！

　　　或　Dạ, em thấy cô ấy cũng bình thường thôi ạ. 我覺得她也還好啦！

　　　2. Tôi phải làm gì bây giờ **nhỉ**? 我現在要做什麼呢？

5. 句型：**Vì (Bởi vì)** ＋子句 **1 ... nên (cho nên)** ＋子句 **2**（因為……所以……）：

此複合句子用來表示句子中的第一個子句是就某個原因，所以導致某個結果在第二個子句產生。

例如：
1. **Vì** thiếu ngủ, **nên** em ấy luôn luôn cảm thấy rất mệt mỏi.
   因為睡眠不足，所以她總是覺得很疲累。

2. **Vì** em thường về nhà ăn cơm với ba mẹ, **nên** ba mẹ rất vui.
   因為我常回家跟爸爸媽媽吃飯，所以爸爸媽媽很開心。

6. 句型：**...** 名詞＋ **nào** ＋ **cũng** ＋動詞 / 形容詞 **...** ＋ **cả / hết**（任何哪……都……）：

此句型用來強調，某人、事、物在任何某個狀況下，都處在於某種狀態或動態中。

例如：
1. Tháng này <u>ngày</u> **nào** mẹ **cũng** bận **cả**.
   這個月（任何）哪一天媽媽都很忙。

2. Ở đấy <u>người</u> **nào cũng** thích nấu ăn **hết**.
   在這裡（任何）哪一個人都很喜歡做菜。

7.　「**nhé**」的使用方法：

　　「**nhé**」是語氣助詞，位於句尾，通常出現在對別人或是自己叮嚀的句子中。「**nhé**」通常會與動詞「**nhớ**」（記得），或是副詞「**phải**」（要）、「**nên**」（應該）搭配使用，此時的「**nhé**」相當於中文的「喔」。除此之外，「**nhé**」也會出現在講話的人欲商量並希望聽的人要妥協的句子中，此時的「**nhé**」相當於中文的「好嗎」。回應此問題時，一般都會依個人的實際想法來答覆。

例如：1.　**Bạn nhớ nộp báo cáo sớm nhé!**

　　　　你記得早點繳交報告喔！

　　回應：**Vâng, mình biết rồi, cảm ơn bạn.**

　　　　好，我知道了。謝謝你！

　　2.　**Bạn cùng đi tham gia hoạt động với mình nhé!**

　　　　你跟我一起去參加活動哦（好嗎）！

　　回應：**Được, không thành vấn đề!**

　　　　好呀，沒問題！

　　Thật ngại quá, tuần này mình phải chuẩn bị bài thi kiểm tra.

　　　　真不好意思，這一週我要準備考試。

C. Bài tập trắc nghiệm   測驗

1. 請用「**có... không ?**」的結構，把以下的提示之內容改為正確的疑問句。

1.1   chị ấy / khỏe / dạo này

_____

_____

1.2   rảnh / bạn / đi / với tôi / ăn cơm.

_____

_____

1.3   thường / gần đây / chị / thiếu ngủ.

_____

_____

1.4   báo cáo / không có / tuần này / vui / bạn

_____

_____

1.5   mệt mỏi / khi / thiếu ngủ / mẹ

_____

_____

2. 請完成對話。

2.1   Em. _____ cảm thấy mệt không?

     Dạ, không mệt _____.

2.2   Chị có muốn đi ăn cơm _____ chúng em không?

     Muốn chứ, nhưng bây giờ chị không _____.

2.3   Dạo này anh _____ khoẻ lắm.

     Anh nhớ giữ gìn sức khỏe _____!

2.4   Khoa của em thường tổ chức hoạt động quá _____?

     Vâng, tuần _____ cũng có hoạt động cả.

2.5   Tuần này chị có nhiều _____ không?

     Nhiều, vì học Cao học nên tuần nào cũng có nhiều báo cáo cả. Còn em _____?

3. 請用「**Vì...nên...**」的結構，結合下列的提示來造句。

3.1　(thiếu ngủ)

_____

_____

3.2　(sinh viên năm thứ 3)

_____

_____

3.3　(đi du lịch)

_____

_____

3.4　(sức khỏe)

_____

_____

3.5　(tháng)

_____

_____

4. 請用「... 名詞＋ nào...cũng...cả」的結構，將下列的句子翻譯成越南語。

4.1　每週（任何（哪）一週）他都回家跟爸爸媽媽吃飯。

_____

_____

4.2　每（任何一位）位大學生都有很多要做的報告。

_____

_____

4.3　媽媽說因為想要我健康，所以任何（哪）時候我都要保重身體。

_____

_____

4.4　因為想要謝謝他，所以在這裡的每個（任何（哪）一個）人都想請他吃飯。

_____

_____

4.5　最近每個（任何（哪）一個）學系都要舉辦活動給其學生。

_____

_____

5. 請選擇正確的答案來填空。（**quá / lắm / nhé / nhỉ**）

5.1   Anh ấy cao quá＿＿＿＿＿＿＿(?)

5.2   Chúng ta cùng đi ăn cơm＿＿＿＿＿＿(?)

5.3   Ôi, dạo này em thường thấy mệt mỏi＿＿＿＿＿＿(!)

5.4   Anh ấy không thích làm báo cáo＿＿＿＿＿＿(!)

5.5   Chị ấy nói tuần này chị ấy không rảnh＿＿＿＿＿＿(!)

5.6   Anh đến tham gia hoạt động với chúng em＿＿＿＿＿＿(?)

5.7   Khoa ngôn ngữ học có nhiều sinh viên lắm ＿＿＿＿＿＿(?)

5.8   Chị ấy cảm thấy học Cao học thật bận rộn＿＿＿＿＿＿(!)

6. 填空題：請用右邊的詞彙（**thế nào, phải, lắm, rất, năm**）填入以下的
   短文內容。

   Tuấn ＿＿＿1＿＿＿ thích học ngôn ngữ, bạn ấy là sinh viên

   ＿＿2＿＿ thứ 3 khoa Ngôn ngữ học. Dạo này bạn ấy có nhiều báo

   cáo ＿＿3＿＿ làm ＿＿4＿＿. Khi gặp tôi bạn ấy hỏi: "Dạo này

   bạn ＿＿5＿＿? Bạn có bận lắm không?".

D.   Bài đọc   閱讀

Tôi tên là Tuấn, là sinh viên năm thứ ba khoa Ngôn ngữ học. Tôi có quen biết một người bạn tên là Linh, chị ấy là nghiên cứu sinh. Vì chị Linh đang học chương trình Cao học, nên lúc nào chị ấy cũng rất bận rộn. Tôi và chị Linh rất thân nhau, khi chúng tôi gặp nhau, chúng tôi thường trò chuyện và chia sẻ với nhau về kinh nghiệm học tập và về cuộc sống ở trường đại học. Tôi rất thích chị Linh, vì chị ấy là một người bạn rất thú vị và chân thành.

Từ mới bài đọc 課文生詞

1. tên 名字

2. quen biết 認識

3. một người bạn 一位朋友

4. nghiên cứu sinh 研究生

5. thân 要好 / 熟

6. nhau 互相 / 彼此

7. trò chuyện 聊 / 聊天 / 談論

8. chia sẻ 分享

9. kinh nghiệm 經驗

10. học tập 學習

11. chân thành 真誠

閱讀的要求：

1. 請仔細閱讀本課文內容並用越南語分享你讀後的心得。
2. 請確認下列的問題是否吻合本課文的內容。

2.1 Linh là sinh viên khoa Ngôn ngữ học.

2.2 Tuấn và Linh thường thảo luận về chương trình Cao học.

2.3 Linh là một người thú vị và chân thành.

2.4 Tuấn và Linh rất thân nhau và họ thường trò chuyện với nhau.

2.5 Vì Linh rất bận rộn, nên Tuấn không thích Linh lắm.

Bài 14 Làm quen bạn mới
第14課 認識新朋友

本課學習目標

（一）認識生活中常用自我介紹、社交的會話用語
（二）認識語法：

「想確認的內容＋ phải không? / hả? / à?」的句型

「...mới vừa / vừa mới ＋動詞 / 形容詞」的句型

「sẽ ＋動詞 / 形容詞」的句型

「...được ＋動詞 / 形容詞」/「動詞 / 形容詞＋ được」的句型

「Thay vì ＋行為 1 / 子句 1 ＋ thì ＋行為 2 / 子句 2」的句型

「形容詞 / 心理活動的動詞＋ hơn」的句型

「...đã bao giờ ＋動詞 / 形容詞＋ chưa?」的句型

「名詞＋ nào?」的句型

（三）測驗練習題
（四）課文閱讀

MP3-79

A. Hội thoại   會話

Tuấn: Xin hỏi, đây là Câu lạc bộ (sinh viên) tiếng Anh, phải không?

請問，這裡是英語社團，是嗎？

Mai: Dạ, phải, anh là thành viên mới à? Rất vui được quen biết anh. Em tên là Mai.

是的，你是新成員對嗎？很高興（得以）可以認識你。我的名字叫梅。

Tuấn: Chào Mai, anh là Tuấn. Anh mới đăng ký tham gia. Rất mong sẽ được mọi người hướng dẫn thêm.

梅，你好！我叫俊。我剛報名參加，（很）希望大家多多指導。

Mai: Dạ, chào mừng anh tham gia vào hội. Hôm nay các bạn khác sẽ đến muộn một chút ạ.

是，歡迎你加入社團。今天其他同學會晚點來。

Tuấn: Không sao! Thay vì ở nhà luyện tập một mình thì đến đây luyện tập với mọi người sẽ vui hơn.

沒關係！與其在家一個人練習，不如到這裡來與大家練習會比較好玩。

Mai: Vâng, Anh đã bao giờ có dịp nói tiếng Anh với người bản xứ chưa?

是的！你曾有機會與本地人練習英語嗎？

Tuấn: Ồ, chưa bao giờ. Câu lạc bộ của chúng ta có người nước ngoài tham gia à?

呃，從來沒有。我們社團有外國朋友參加，是嗎？

Mai: Vâng có ạ.

是的。

Tuấn: Ồ, bạn ấy là người nước nào thế?

哇，他是哪國人呢？

Mai: Dạ, bạn ấy là người Mỹ ạ!

是，他是美國人！

Tuấn: Ồ, thích thế! Vậy thì sẽ có nhiều cơ hội nói tiếng Anh hơn rồi.

哇，這麼好！那麼會有更多機會講英語了！

Mai: Vâng ạ.

是的。

Từ mới hội thoại 會話生詞

MP3-80

1. **làm quen** 結交 / 結識 / 認識

2. **xin hỏi / cho hỏi** 請問 / 借問

3. **đây** 這（代詞）

4. **câu lạc bộ / hội nhóm** 社團

5. **tiếng Anh** 英語

6. **thành viên** 成員

7. **đăng ký** 登記 / 報名

8. **tham gia** 參加

9. **mọi người** 大家

10. **hướng dẫn** 指導 / 指引 / 教

11. **chào mừng / hoan nghênh** 歡迎

12. **muộn / trễ** 遲的 / 晚的

13. **khác (** 名詞 **+ khác)** 其他……

14. **một chút / một tí** 一點點 / 一下

15. **không sao** 沒關係

16. **luyện tập / tập** 練習 / 練

17. **một mình** 自己一個人

18. **dịp / cơ hội** 機會

19. **người bản xứ / người bản địa** 在地人 / 本地人

20. **người nước ngoài** 外國人

21. **Mỹ** 美國

B. Ngữ pháp　語法句型

1. 句型：想確認的內容＋ **phải không? / hả? / à?**：

　　此句型主要是說話者想針對他所提出的內容，用確認的方式來提問。此時用「phải không?」是屬於較正式的提問方式，而「hả / à?」則是較偏口語的提問方式。在此句型中，「phải không? / hả? / à?」相當於中文的「是嗎？/ 對嗎？」。回答此問題，可以用簡單的「phải」或「không phải」來回應。若是晚輩與前輩或長輩對話時，都應該先用「dạ」（禮貌的語助詞）來回應，然後再加上其選擇的答案，並加「ạ」在句尾以表達禮貌和尊重。

例如：1.　Anh ấy là người nước ngoài, **phải không**?

　　　　　他是外國人，對嗎？

　　答：Dạ, **phải** ạ. (Dạ, anh ấy là người nước ngoài ạ.)

　　　　　是的。（是，他是外國人。）

　　或　Dạ, **không phải** ạ. (Dạ. anh ấy <u>không phải là</u> người nước ngoài ạ.)

　　　　　不是。（他不是外國人。）

（註：當想要完整地回答此問題，否定時不能說「không là」而是說「không phải」或「không phải là」。）

　　　　2.　Chị muốn tham gia hoạt động này, **phải không**?

　　　　　您想參加這項活動，是嗎？

　　答：Dạ, **phải** ạ.　是的。

　　或　Dạ, **không phải** ạ.　不是。

2. 句型：mới vừa / vừa mới ＋動詞 / 形容詞：

　　「mới vừa / vừa mới」在此句型中，相當於中文的「……剛剛……」，主要用來表示主詞剛剛進行某動作、行為或者剛處在某個狀態。「mới vừa / vừa mới」是副詞，會出現在動詞或形容詞前方。在此句型，剛剛進行某行為的時間是如何計算的，這需要視該動作或行為的特質或屬性為何來做決定。例如，結婚一個月的人，也可以説自己剛結完婚。但當有一個人在晚上七點的時候説自己剛吃完早餐，當然是行不通。此外，「mới vừa / vừa mới」也可以簡略説成「mới / vừa」，意思不變。若想表示「剛剛的時候」（指的是時間狀態詞），則要説「lúc nãy / khi nãy / hồi nãy」。

例如： 1. Ba của em **vừa mới** về hưu.
　　　　　 我的爸爸剛剛退休。

　　　 2. Bạn ấy **mới vừa** hướng dẫn em cách làm bài tập.
　　　　　 他剛剛教我如何寫功課。

　　　 3. Chị Mai **mới** mua quần áo mới.
　　　　　 梅姊剛買新衣服。

　　　 4. Tuấn **vừa** gặp Mai ở Câu lạc bộ sinh viên.
　　　　　 俊剛剛在社團遇見梅。

　　　 5. **Lúc nãy** em **vừa mới** trả lời tin nhắn Line của mẹ.
　　　　　 我剛才（才剛）回 LINE 訊息給媽媽。

3. 句型：sẽ ＋動詞 / 形容詞：

「sẽ」是副詞，相當於中文的「將會 / 將要」。在句型中，當「sẽ」出現在動詞或形容詞前方時，表示此行為或狀態會在未來產生。

例如：
1. **Mọi người sẽ gặp nhau vào ngày mai.**
   大家會在明天見。

2. **Năm sau bạn ấy sẽ đi Mỹ du học.**
   他明年會去美國留學。

4. 句型：được ＋動詞 / 形容詞：

此句型指的是某行為或狀態在某個權限或情境允許之下「得以」進行或「被」呈現，而「動詞 / 形容詞 ＋ được」這個句型則是指某行為或狀態經過克服或滿足某條件之下才可以「辦得了」或有辦法「辦得到」。因此，「動詞 / 形容詞 ＋ được」的句型，通常會搭配副詞「mới」（才）使用。除此之外，「được ＋動詞 / 形容詞」的句型，也會出現在主詞是被動的屬性之句子中。

例如：
1. **Khi 65 tuổi, ba của em sẽ được nghỉ hưu.**
   65 歲時，我的爸爸將得以退休。

2. **Tôi được mời tham gia Hội nghị quốc tế.**
   我被邀請參加國際會議。

3. **Hội nghị quốc tế sẽ được diễn ra vào tháng 5 năm nay.**
   國際會議將會在今年 5 月進行。

4. **Vì nhà em ở quá xa thành phố, nên em phải đi tàu cao tốc mới đến được.**
   因為我家離城市太遠，所以我要搭高鐵才到得了。

5. 句型：**Thay vì**＋行為 1／子句 1＋ **thì**＋行為 2／子句 2」：

此句型相當於中文的「與其……比較／卻／不如……」，因此在子句 2 中，通常會搭配「hơn／thà... còn hơn...」一起使用。

例如：1. **Thay vì** ở nhà chơi game, **thì** em thích chạy xe đạp ở công viên **hơn**.

與其在家玩遊戲，我比較喜歡在公園騎腳踏車。

2. **Thay vì** đi chơi với người không thích, **thì** tôi **thà** ở nhà ngủ **còn hơn**.

與其和不喜歡的人出去玩，我不如待在家睡覺還比較好。

6. 句型：**...đã bao giờ**＋動詞／形容詞＋ **chưa?**：

此句型主要是詢問主詞在過去是否曾經經歷過某經驗，相當於中文的「曾做……過嗎？」。回答此問題時，可以用簡單的「rồi」或「chưa bao giờ」來回應。若是晚輩與前輩或長輩對話時，都應該先用「dạ」（禮貌的語助詞）來回應，然後再加上其選擇的答案，並加「ạ」在句尾以表達禮貌和尊重。

例如：1. Em **đã bao giờ** lái xe ô-tô ở Đài Bắc **chưa**?

你曾在臺北開過汽車嗎？

答：Dạ, rồi ạ. (Dạ. Em **đã từng** lái xe ô-tô ở Đài Bắc **rồi** ạ.)

是，有啊。（是，我曾經在臺北開過汽車了。）

或　Dạ, **chưa bao giờ**. (Dạ. Em **chưa bao giờ** lái xe ở Đài Bắc ạ)

是，從來沒有。（是，我從沒在臺北開過汽車。）

2. Bạn ấy **đã bao giờ** đi nước ngoài du lịch **chưa**?
他曾去國外旅遊過嗎？

答：Dạ, **rồi** ạ. (Dạ. Bạn ấy **đã từng** đi nước ngoài du lịch **rồi** ạ.)
是，有啊。（是，他曾經去過國外旅遊了。）

或　Dạ, **chưa bao giờ**. (Dạ. Bạn ấy **chưa bao giờ** đi nước ngoài du lịch ạ.)
是，從來沒有。（是，他從沒去過國外旅遊。）

7. 句型：... 名詞＋ nào?：

　　此句型用來詢問關於「nào」前面的相關內容。「nào」在此句型中相當於中文的「哪」，回答此問題時，會依「nào」前面的內容來選擇適當的答案。此外，若「nào」前面的內容是指時間，想問過去的事情時，「名詞＋nào」必須放在句尾，而想問未來的事情時，「名詞＋nào」則放在句首。

例如：1.　Tháng **nào** sẽ thường có mưa thế? 哪一個月份會常下雨呢？

答：Dạ, tháng 7 ạ. 是，7月份啊。

2.　Anh ấy đã đến đây khi **nào**? 他哪時候來這呢？

答：Dạ, hôm qua ạ. 是，昨天啊。

3.　Ở đây người **nào** là người bản xứ vậy?
在這裡，哪一位是本地人呢？

答：Dạ, anh Nam ạ. 是，南哥啊。

C. Bài tập trắc nghiệm　測驗

1. 請用「...phải không?」的結構，針對提示之內容，提出正確的疑問句。

例如：你想確認同學明天會不會參加英語社團，所以問他：

　　Ngày mai bạn sẽ đến tham gia Câu lạc bộ tiếng Anh, phải không?

1.1　你想確認媽媽是否回家了，所以問家人：

_____

_____

1.2　爸爸想確認你是不是想練習開車，所以問你：

_____

_____

1.3　老師想確認同學的名字是不是叫梅，所以問你：

_____

_____

1.4　俊學長想確認你是否會晚點到，所以問你：

_____

_____

1.5　你想確認爸爸今天是否會開車去工作，所以你問爸爸：

_____

_____

2. 請完成對話。

2.1 Em _____ tham gia Hội nghị, phải không?

Dạ, không phải _____.

2.2 Chị _____ bao giờ tập yo-ga với họ chưa?

Rồi, chị đã _____ tập yo-ga với họ vài lần.

2.3 Gần đây anh ấy _____ rảnh một chút rồi.

Vậy thì em _____ mời anh ấy đến chia sẻ kinh nghiệm học tập nhé!

2.4 Anh ấy vừa mới đến đây luyện tập _____?

Dạ không phải, anh ấy muốn ở nhà luyện tập _____.

2.5 Tuần này chị sẽ đi nước _____ công tác?

Dạ, tôi sẽ _____ Mỹ ạ.

3. 請用「**Thay vì... thì...**」的結構，結合下列的提示來造句。

3.1　(cơ hội)

_____

_____

3.2　(tham gia)

_____

_____

3.3　(không sao)

_____

_____

3.4　(mọi người)

_____

_____

3.5　(muộn)

_____

_____

4. 請用「**đã bao giờ... chưa?**」的結構，搭配下列所指定的詞彙來提問。

4.1　(nấu ăn)

_____

_____

4.2　(trò chuyện)

_____

_____

4.3　(chia sẻ)

_____

_____

4.4　(luyện tập)

_____

_____

4.5　(vui vẻ)

_____

_____

5. 請選擇正確的答案來填空。（nào / phải không / không）

5.1   Hôm nay mẹ sẽ về muộn _____?

5.2   Anh ấy là thành viên của Hội nhóm _____?

5.3   Dạo này anh có thường đi Mỹ công tác _____?

5.4   Làm quen với người bản địa có khó _____?

5.5   Chị ấy nói sẽ đi Việt Nam du lịch một mình _____?

5.6   Anh ấy có muốn luyện tập tiếng Việt với mọi người
_____?

5.7   Chị ấy là sinh viên của Khoa _____?

5.8   Anh có quen biết anh Tuấn của Khoa Ngôn ngữ học
_____?

6. 填空題：請用右邊的詞彙（**thành viên, tên, luyện tập, cơ hội, chưa**）
填入以下的短文內容。

Mai thường _____ 1 _____ tiếng Anh ở Câu lạc bộ tiếng Anh. Hôm

qua Mai đã quen biết một _____ 2 _____ mới. Anh ấy _____ 3 _____ là

Tuấn. Tuấn nói với Mai là anh ấy _____ 4 _____ bao giờ nói tiếng Anh

với người bản xứ. Mai nghĩ, nếu có _____ 5 _____ luyện tập tiếng Anh

với người nước ngoài thì anh Tuấn sẽ rất vui.

D. Bài đọc   閱讀

Mai là một người bạn mới tôi vừa được quen biết ở Câu lạc bộ Tiếng Anh. Mỗi tuần, tôi thường đến Câu lạc bộ luyện tập tiếng Anh với Mai và các bạn học khác. Trong Câu lạc bộ có một thành viên là người Mỹ, bạn ấy đến Đài Loan du học 2 năm rồi. Bạn ấy biết nói khá nhiều thứ tiếng, tiếng Trung và tiếng Việt của bạn ấy khá giỏi, bạn ấy luôn nói là rất hân hạnh được học tập với mọi người ở đây. Tôi cảm thấy mọi người trong Câu lạc bộ rất nhiệt tình giúp đỡ nhau, họ cũng rất niềm nở và thân thiện với nhau.

Từ mới bài đọc 課文生詞

1. **mỗi** 每

2. **trong** 中 / 裡 / 內

3. **du học** 留學

4. **biết nói** 會說

5. **khá nhiều** 相當多

6. **thứ** 種類 / 樣 / 東西

7. **tiếng Trung / tiếng Hoa**
   中文 / 華語

8. **khá giỏi** 相當好（指能力的）

9. **luôn** 總是

10. **hân hạnh** 榮幸

11. **nhiệt tình** 熱心 / 熱情

12. **giúp đỡ** 幫忙 / 幫助

13. **niềm nở** 親切熱情

14. **thân thiện** 友善

閱讀的要求：

1. 請仔細閱讀本課文內容並用越南與分享你讀後的心得。

2. 請確認下列的問題是否吻合本課文的內容。

2.1　Mai là người Mỹ đến Đài Loan du học 2 năm rồi.

2.2　Trong Câu lạc bộ tiếng Anh có một thành viên là người Mỹ.

2.3　Mọi người trong Câu lạc bộ rất thân thiện và luôn giúp đỡ nhau.

2.4　Mỗi tháng mọi người trong Câu lạc bộ luyện tập tiếng Anh với nhau.

2.5　Mai biết nói khá nhiều thứ tiếng.

Bài 15 Đi mua sắm
第15課 去購物

本課學習目標

（一）認識生活中問時間、錢、年齡或購物等的會話用語
（二）認識語法：
　　　「...mấy giờ?」的句型
　　　「đó / đấy / này」的使用
　　　「...bao nhiêu?」的句型
　　　「mà」的使用
　　　「...đang...」的句型
　　　「...sao?」的句型
　　　「...chỉ ...thôi」的句型
（三）測驗練習題
（四）課文閱讀

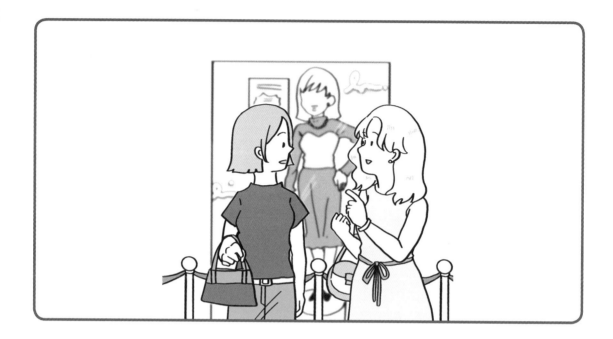

Mai:	Chị ơi, Trung tâm mua sắm sẽ mở cửa lúc mấy giờ hả chị?
	姊姊，購物中心幾點會開門啊，姊？

Linh:	Lúc 11h00' trưa em à. Ý, bây giờ là mấy giờ rồi nhỉ?
	上午 11 點啊。咦，現在是幾點了呢？

Mai:	Dạ, 10h45' rồi chị ạ. Chúng ta đứng ở đây chờ một chút vậy.
	是，上午 10 點 45 分了。我們就站在這兒等一下吧！

Linh:	Ồ. Em nhìn kìa, chiếc áo mặc trên người ma-nơ-canh đẹp quá!
	哇！妳看呀，穿在那個人型模特兒身上的衣服好美喔！

Mai: Chúng ta đến tủ kính đó xem đi, chị! Em muốn biết chiếc áo đó giá bao nhiêu tiền?

我們到那個櫥窗瞧瞧吧，姊！我很想知道那件衣服值多少錢？

......

Mai: Ôi, giá gì mà đắt thế!

呃，這價錢這麼貴喔！

Linh: Đắt gì mà đắt! Tiền nào của nấy mà!

這怎麼會貴！一分錢一分貨嘛！

Mai: Chiếc áo này đẹp thế, em mặc có thích hợp không?

這件衣服這麼美，我穿適合嗎？

Linh: Haha, thích hợp chứ, thích hợp mặc đi hẹn hò với chị nè!

哈，適合啊！適合穿著跟我去約會呀！

Mai: Ôi, chị bận thế mà có thời gian hẹn hò với em sao?

呃，妳那麼忙竟然還有時間跟我約會嗎？

Linh: Thế bây giờ không phải là đang hẹn hò với em sao?

現在不就正和妳約會嗎？

Mai: Huhu, chỉ có 4 giờ đồng hồ dành cho em thôi nè.

嗚嗚，只有 4 個小時留給我而已呀！

Linh: Haha, 4 giờ đồng hồ mà còn chê ít sao?

哈哈，4 個小時還嫌少嗎？

Mai: Ôi, em chỉ nói đùa thôi mà!

喔，我只是開玩笑（而已）嘛！

Từ mới hội thoại 會話生詞

MP3-84

1. **Trung tâm mua sắm** 購物中心

2. **mở cửa** 開門

3. **hả** 呀／啊（語助詞）

4. **bây giờ** 現在

5. **đứng** 站

6. **chờ / đợi** 等待／等

7. **nhìn** 瞧瞧／看

8. **chiếc áo** 衣服

9. **mặc** 穿

10. **trên người** 身上

11. **ma-nơ-canh** 人型模特兒

12. **đẹp** 美麗／漂亮

13. **tủ kính** 櫥窗／玻璃櫃

14. **giá / giá cả** 價／價格

15. **đắt / mắc** 昂貴／貴的

16. **của** 東西／財富／貨／的

17. **thích hợp (với) / hợp** 適合

18. **hẹn hò** 約會

19. **thời gian** 時間

20. **dành** 專屬／留給

21. **giờ đồng hồ / tiếng đồng hồ** 小時

22. **chê ít** 嫌少的

23. **nói đùa / nói chơi / nói giỡn** 開玩笑

B. Ngữ pháp   語法句型

1. 句型：**...mấy giờ?**：

「mấy giờ?」相當於中文的「幾點鐘？」，主要用來詢問跟時間有關的事情。例如問現在是幾點，或是問主詞在幾點要進行某個動作或行為等問題。如果想詢問主詞在幾點進行某個動作或行為，此時「mấy giờ」前方必須有「lúc」（相當於中文的「在」）。在口語表達時間方面，越南人習慣以 1 至 12 點作為基礎，加上時段來表示不同時間點。此外，通常時段都放在時間後方，與中文的說法恰恰相反，如：中午 12 點，越南語要說「12h00' trưa」。

例如：1. **Bây giờ là mấy giờ?**

　　　　現在是幾點？

答：Dạ, Bây giờ là 8h30' tối (8 giờ 30 phút tối).

　　　是，現在是晚上 8:30（晚上 8 點 30 分）。

2. **Hôm nay chị thức dậy lúc mấy giờ?**

　　　你今天幾點起床？

答：Dạ, tôi thức dậy **lúc** 7h50' sáng.

　　　是，我今天在上午 7:50 起床。

（註：「mấy」本身就是疑問代詞「幾」，所以它也可以放在其他想要詢問的名詞前方。「mấy」用來詢問有關該名詞的數量時，僅適用於詢問數量比較少的情況，如：mấy năm? / mấy người? / mấy nghìn?（幾年？ / 幾人？ / 幾千？））

2. 「**đó / đấy / kia / này**」的使用：

　　「**đó / đấy / kia / này**」相當於中文的「那／這」，它們通常出現在名詞後方，指的是「那某某」或「這某某」。不過，「**đó / đấy / kia**」都是指「那」，現場如果只有兩者，那最靠近講話的人稱為「名詞＋ **này**」，而較遠的會稱為「名詞＋ **đó** 或 **đấy** 或 **kia**」都行。

　　若有三者的話，第二遠的稱為「名詞＋ **đó** 或 **đấy**」，第三遠的則稱為「名詞＋ **kia**」。另外，「**đó / đấy / kia**」可以當主詞使用，例如：「**Đó là**… / **Đấy là**… / **Kia là**…」，或作為方位詞使用，例如「在那兒」可以說「**ở đó / ở đấy / ở đằng kia**」，但指「在這兒」則要用「**ở đây**」。

　　除此之外，「**đó / đấy**」如果出現在句尾，此時它們扮演的是「語氣助詞」，相當於中文的「喔／呀」。「**đó / đấy**」若出現在疑問句子中，表示說話者的態度是比較親切、溫和的；「**đó / đấy**」若出現在敘述的句子中，表示說話者想強調他接下來所說的內容很重要、要關注，或者只是單純想炫耀的態度。

例如：
1. Người **này** là thành viên mới của Câu lạc bộ tiếng Anh.
   這個人是英語社團的新成員。

2. Chiếc xe ô tô **đấy** là chiếc xe ô tô ba vừa mua hôm qua.
   那輛汽車是爸爸昨天剛買的汽車。

3. Chị ấy muốn thử cái áo **kia** kìa!
   他想要試穿那件衣服啊！

4. Chị đang làm gì **đấy**?
   你在做什麼呀？

5. Ngày mai là ngày nộp báo cáo cho cô **đó**, các bạn ơi!
   各位同學，明天是要交報告給老師的日子喔！

6. Bạn trai của em rất giỏi nấu ăn **đấy**!
   我的男友很會做菜喔！

3. 句型：...bao nhiêu?：

　　「bao nhiêu」是疑問代詞，相當於中文的「多少」。此句型主要用來詢問數量多寡，不管數量少或數量多都可以。因此，「bao nhiêu」可以用來提問各種情境，例如詢問年齡、時間、金錢等任何與數量有關之內容。

例如：1. Anh ấy **bao nhiêu** tuổi?

　　　　他幾（多少）歲？

　　　答：Dạ, anh ấy đã 30 tuổi rồi ạ.

　　　　是，他已經 30 歲了啊。

　　　2. Chiếc xe ô tô này **bao nhiêu** tiền?

　　　　這輛汽車多少錢？

　　　答：Dạ, chiếc xe ô tô này giá 900.000 (chín trăm nghìn) Đài tệ.

　　　　這輛汽車值價 900,000（九十萬）臺幣。

　　　3. Một ngày có **bao nhiêu** giờ đồng hồ?

　　　　一天有多少個小時？

　　　答：Dạ, một ngày có 24 giờ đồng hồ.

　　　　是，一天有 24 小時。

4. 「mà」的使用：

　　「mà」會出現在許多不同的句型中，有時是扮演語氣助詞的角色，有時亦是虛詞。在本課中，特別介紹三種跟「mà」有關的用法：

①「...gì mà...」的句型，如「名詞＋ gì mà ＋形容詞／心理活動的動詞」，適用於強調或嫌棄某人／事／物正處在不符合常理或不合理的情況中，通常搭配「thế / vậy」使用，相當於中文的「是什麼（某某）......這麼......

啊！」。若「形容詞＋ **gì mà** ＋形容詞」，則是以質疑的態度來反駁別人對某人／事／物的看法之意思，相當於中文的「這（某某）⋯⋯叫⋯⋯（？）」。

②「人／事／物＋ **mà** ＋形容詞」，此時適用於想強調該人／事／物「竟然」處在某狀態或屬於某性質等，有時會搭配疑問代詞「**sao**」使用。

③若「**mà**」出現在句尾的時候，它就是語氣助詞，相當於中文的「嘛」。

例如：
1. Ôi, người **gì mà** giỏi **thế**!
   哇！是什麼人可以這麼優秀啊！

2. Giỏi **gì mà** giỏi! Tôi thấy cũng bình thường thôi **mà**!
   這樣叫做優秀！我覺得普通而已嘛！

3. Hội nghị quốc tế này **mà** không quan trọng sao?
   這個國際會議竟然不重要嗎？

4. Anh ấy thấp **thế mà** đánh bóng rổ rất giỏi sao?
   他那麼矮，竟然很會打籃球嗎？

5. 句型：...đang...：

「đang」是副詞，相當於中文的「正在」，適用於強調某人／事／物正在進行某動作、行為或正處在某狀態或性質等。在「đang」後方通常是動詞或是形容詞。

例如：
1. Mẹ **đang** chọn mua quần áo mới cho cả nhà.
   媽媽正在選購新衣服給全家。

2. Bạn ấy **đang** hối hận vì làm cho mẹ giận.
   他正在後悔，因為讓媽媽生氣了。

3. Chị ấy **đang** hạnh phúc bên gia đình.
   她正在家人身邊享受幸福。

6. 句型：...sao?：

此句型適用於帶有質疑或不解的態度，來詢問某相關的內容。「sao」在此句子中，相當於中文的「嗎」，回答此問題時，會依實際的情況來選擇適當的答案。不過，被問的人回應時，不管是選擇肯定還是否定的答覆，通常都會做出一些解釋或說明，來釐清對方的疑惑或不解。

例如： 1. **Tết này anh không muốn về nhà ăn Tết sao?**
這個春節你不想回家鄉過年嗎？

答： Dạ, phải. Vì tôi mới nhận được dự án mới nên phải tranh thủ thời gian hoàn thành trước tháng 2.
是啊，因為我剛接到新案子，所以必須爭取時間在 2 月份前完成。

2. **Chị là nhà thiết kế thời trang sao?**
你是服裝設計師嗎？

答： Dạ, không phải. Tôi là nhà tạo mẫu.
不是。我是造型師。

7. 句型：...chỉ....thôi：

「...chỉ...thôi」相當於中文的「只……而已」，適用於表達主詞在某一個情況下，只存有唯一的某個條件或處在唯一的某個狀態。

例如： 1. **Mỗi tháng em ấy chỉ được đi mua sắm một lần thôi.**
他每個月只（得以）能去購物一次而已。

2. **Nếu có cơ hội, em chỉ muốn được đi du lịch thôi.**
如果有機會，我只想（得以）去旅遊而已。

C. Bài tập trắc nghiệm 測驗

1. 請用「**... mấy giờ?**」的結構，把以下的提示之內容改為正確的疑問句。

例如：Hôm qua anh Minh đi ngủ lúc 12h00' khuya.

  → Hôm qua anh Minh đi ngủ lúc mấy giờ?

1.1 Anh ấy vừa mới xác nhận bây giờ là 2h25' chiều.

_____

_____

1.2 Sáng nay mẹ em thức dậy lúc 7h15' sáng.

_____

_____

1.3 8h30' sáng ngày mai mọi người phải có mặt.

_____

_____

1.4 Mẹ nói lúc 12h00' trưa mẹ sẽ gọi điện cho anh.

_____

_____

1.5 Ông Nam luôn uống cà phê lúc 9h30' sáng mỗi ngày.

_____

_____

2. 請完成對話。

2.1 Em muốn mặc thử chiếc áo _____, phải không?

Dạ, không phải, em muốn mặc thử chiếc áo _____ ạ.

2.2 Chiều nay chị sẽ đến đấy gặp ông Nam _____ mấy giờ?

Dạ, lúc 3h30' _____.

2.3 Năm nay anh được nghỉ _____ ngày phép ạ?

Dạ, có 7 ngày _____ ạ.

2.4 Tôi nghĩ anh ấy _____ bận trả lời điện thoại đấy!

Bận _____ mà bận, tôi nghe nói anh ấy đang chơi game.

2.5 Tuần này _____ chị được nghỉ phép sao?

Dạ, _____, tuần này tôi phải đi công tác ạ.

3. 請用「名詞＋ **gì mà** ＋形容詞／心理活動的動詞＋ **thế／vậy**」的結構，
   結合下列的提示之內容來造句。

3.1　(đẹp)

_____

_____

3.2　(nói đùa)

_____

_____

3.3　(làm)

_____

_____

3.4　(nói)

_____

_____

3.5　(trễ)

_____

_____

4. 請用「**...sao?**」的結構，搭配下列所指定的詞彙來提問。

4.1　(thích hợp)

_____

_____

4.2　(hẹn hò)

_____

_____

4.3　(đắt)

_____

_____

4.4　(thời gian)

_____

_____

4.5　(mặc)

_____

_____

5. 請選擇正確的答案來填空。（**này / thôi / mà / thế**）

5.1　Anh ấy đang nói cái gì mà phấn khởi _____ .

5.2　Hôm qua chỉ có các bạn biết nói tiếng Trung tham gia _____ .

5.3　Anh ấy muốn mua chiếc áo mặc trên người ma-nơ-canh ở Trung tâm mua sắm _____ .

5.4　Vì em ấy cảm thấy mệt, nên cô cho em ấy về sớm một chút _____ .

5.5　Nghe nói ba của anh ấy đã về hưu lâu rồi _____ .

5.6　Chị ấy làm gì mà lúc nào cũng vui vẻ _____ .

5.7　Tôi cho rằng anh ấy không thích hợp với công việc _____ .

5.8　Mẹ chỉ muốn có cơ hội cùng đi du lịch với cả nhà _____ .

6. 填充題：請用右邊的詞彙（**khoảng, được, thật, thân, với**）填入以下的短文內容。

Mai rất thích _____1_____ đi mua sắm với chị Linh. Mỗi lần Linh và Mai đi mua sắm sẽ mất _____2_____ 3, 4 giờ đồng hồ. Họ thường trò chuyện _____3_____ nhau rất vui vẻ. Việc cùng đi mua sắm, cùng học tập làm cho Mai và Linh _____4_____ nhau hơn. Mai cảm thấy được làm bạn với chị Linh _____5_____ là hạnh phúc.

D. Bài đọc   閱讀

Linh đã sống và học tập ở Đài Bắc nhiều năm rồi. Linh cảm thấy sống ở thành phố lớn vật giá khá đắt đỏ, nhưng trong một năm các Trung tâm mua sắm cũng thường có nhiều hoạt động khuyến mại. Những lúc có hàng giảm giá thì người tiêu dùng sẽ có thể mua được nhiều thứ hàng hóa với giá rất rẻ. Linh cũng thường chọn mua một vài thứ mình thích trong những dịp như vậy. Mai thường nói Linh rất có mắt thẩm mỹ, Linh chọn mua cái gì Mai cũng cảm thấy rất đẹp.

Từ mới bài đọc 課文生詞

1. **đã** 已經

2. **sống / sinh sống** 生活 / 活

3. **Đài Bắc** 臺北

4. **cảm thấy** 覺得

5. **thành phố lớn** 大城市

6. **vật giá** 物價

7. **đắt đỏ** 昂貴

8. **hoạt động khuyến mại** 促銷活動

9. **những lúc** 那些時候（指複數）

10. **hàng giảm giá** 減價貨

11. **người tiêu dùng** 消費者

12. **chọn / lựa** 選 / 選擇

13. **một vài** 一兩個 / 幾個

14. **mắt thẩm mỹ** 審美觀 / 眼光

閱讀的要求：

1. 請仔細閱讀本課文內容並用越南語分享你讀後的心得。

2. 請確認下列的問題是否吻合本課文的內容。

2.1 Linh làm việc ở Đài Bắc nhiều năm rồi.

2.2 Trong một năm sẽ có nhiều hoạt động khuyến mại.

2.3 Ở Đài Bắc người tiêu dùng chỉ có thể mua hàng giảm giá.

2.4 Linh không thích mua hàng giảm giá lắm.

2.5 Mai rất có mắt thẩm mỹ, nên chọn mua cái gì cũng đẹp.

Bài 16 Trời mưa rồi
第16課　下雨了

本課學習目標

（一）認識生活中有關天氣、氣候等相關的會話用語
（二）認識語法：
　　　「lại ＋動詞／形容詞」／「動詞／形容詞＋ lại」的句型
　　　「...bao lâu?」的句型
　　　「...có bao giờ ...đâu」的句型
　　　「...càng ngày càng ＋形容詞／心理活動的動詞」的句型
　　　「mà」的使用
　　　「những」的使用
　　　「動詞＋ trước」的句型
（三）測驗練習題
（四）課文閱讀

A. Hội thoại 會話

Linh: Ôi, trời mưa rồi. Nhưng chị lại quên mang theo dù nữa rồi.

呃，下雨了！可是我又忘記帶雨傘了。

Tuấn: Thật không? Chị tìm lại xem có để trong túi xách không?

真的嗎？你再找找看，有沒有放在包包裡呢？

Linh: Chị tìm rồi, không có. Mưa to thế này, phải chờ đến bao lâu nữa mới tạnh nhỉ?

我找了，沒有。雨這麼大，要再等多久雨才會停呢？

Tuấn: Mùa này mà mưa thì phải chờ vài tiếng nữa mới tạnh đấy chị ơi!

這個季節一下雨，就必須等幾個小時才會停啊，姊！

Linh: Thôi xong rồi, một tí nữa chị lại có giờ học.

那完了，我待會兒又要接著上課。

Tuấn: Vậy, chị lấy cây dù của em mà che đi!

那麼，你拿我的雨傘去用吧！

Linh: Thật ngại quá. Em lúc nào đi ra ngoài cũng nhớ mang theo dù cả.

真不好意思。你（隨時）外出都記得帶雨傘耶。

Tuấn: Ở Đài Bắc em có bao giờ đi ra ngoài mà quên mang theo dù đâu!

在臺北我從不會忘記帶傘出門啊！

Linh: Haha. Em thật là người chu đáo. Vậy cho chị mượn dù nhé!

哈哈！你真是很周到的人。那傘借給我囉！

Tuấn: Dạ, vâng. À, dự báo nhiệt độ sẽ xuống thấp, thời tiết sẽ càng ngày càng lạnh đấy chị ạ!

好喔！天氣預報溫度會下降，天氣會越來越冷喔，姊！

Linh: Ôi! Chán thật! Giờ này mà được ở nhà ngủ thì thích quá!

呃，（真的）好煩喔！這個時候要是可以待在家裡睡覺就好了！

Tuấn: Dạ. những ngày mà mưa lại lạnh nữa, thì em cũng chẳng muốn đi đâu cả.

是啊！下雨天又冷的那些日子，我哪裡也都不想去啊！

Linh: Thôi, chị đi trước nhé. Mai gặp lại em nha!

好啦！我先走囉！明天再見喔！

Từ mới hội thoại　會話生詞　MP3-88

1. trời mưa / mưa　下雨

2. quên　忘記

3. mang theo / đem theo　帶著

4. cây dù / cái ô　傘 / 雨傘

5. tìm　找 / 尋找

6. để　放置 / 留

7. túi xách / giỏ xách　包包

8. tạnh　停止（下雨）

9. mùa　季節

10. giờ học　課

11. che　遮

12. ngại　不好意思 / 在意

13. nhớ　記得 / 想念 / 懷念

14. chu đáo　周到

15. cho...mượn　借給……（某人）

16. dự báo　預報

17. nhiệt độ　溫度

18. thấp　低

19. thời tiết　天氣

20. lạnh　冷的

21. chán　煩 / 厭煩

22. chẳng / chả / không　不

B. Ngữ pháp   語法句型

1. 句型：「lại ＋動詞 / 形容詞」、「動詞 / 形容詞 ＋ lại」：

「lại ＋動詞 / 形容詞」相當於中文的「又再⋯⋯」，主要用來強調主詞又再次繼續進行某動作、行為或處在某狀態、性質中。然而，「動詞 / 形容詞 ＋ lại」相當於中文的「重新再⋯⋯」，則是用來強調主詞因之前的某個原因（如：不滿足、不滿意或覺得不完整等因素）而想要重新（再來一次）進行某動作、行為。在此句型中，可以搭配「nữa」使用。除此之外，「lại」也會出現在表示有矛盾的句子中，此時「lại」相當於中文的「卻」，如「沒有⋯⋯（滿足某條件），可是卻（mà lại / nhưng lại）想要有某結果」。

例如： 1. Tuần trước mưa cả tuần rồi, tuần này **lại** mưa nữa.

上週已下了一整週的雨，這週又再下雨。

2. Sếp không hài lòng, nên yêu cầu nhóm chúng ta phải làm **lại** báo cáo.

主管不滿意，所以要求我們的組別要重新再寫報告。

3. Chị ấy đã gầy như thế, **mà lại** vẫn muốn giảm cân nữa.

她已經這麼瘦了，但卻還想要再減重。

2. 句型：...bao lâu?：

「...bao lâu」是疑問代詞，相當於中文的「多久」。在句子中，若是詢問時間的長度，不管是詢問過去的還是未來的，「bao lâu」都放在句尾。不過，如果想詢問「還需要花多久時間」才能進行某動作或行為，那麼「bao lâu」就要放在句首，此時句子中可以搭配「còn」和「nữa」，如：「Còn bao lâu nữa thì...」，相當於中文的「還要再多久就⋯⋯」。此外，若要詢問某行為或動作多久會產生一次的頻率，「bao lâu」也要放在句首。

例如：1.　Trời mưa sẽ kéo dài **bao lâu**?
下雨會下多久？

答：Khoảng 2 giờ đồng hồ.
約 2 個小時。

2.　Em đã học lái xe **bao lâu** rồi?
你已經學開車多久了？

答：Dạ, 3 tháng rồi ạ.
是，3 個月了。

3.　**Còn bao lâu nữa** em ấy sẽ tốt nghiệp đại học?
還要再多久他將會大學畢業？

答：Dạ, còn 3 tuần nữa ạ.
是，還再 3 個禮拜啊！

4.　**Bao lâu** chị đi du lịch một lần?
你多久去旅遊一次？

答：Dạ, khoảng nửa năm một lần ạ.
是，約半年一次。

3. 句型：**có bao giờ....đâu**：

「có bao giờ...đâu」的句型偏口語，相當於中文的「從沒有……啦」，主要用來表示主詞想要否定「從沒有進行過某動作或行為」。句子中的「có bao giờ」可以放在句首，或者放在主詞和動詞／形容詞之間。還有一種情況是「có」和「bao giờ」可以放在動詞／形容詞之間。

例如：1.　**Có bao giờ** mẹ mặc áo dài vào mùa Đông **đâu**.
媽媽在冬天的時候從沒穿過越南長衫。

2. Mùa hè ba của em **có bao giờ** uống cà phê đá **đâu**

夏天的時候我的爸爸從沒喝過冰咖啡。

3. Một năm 4 mùa chị ấy **có** béo ra **bao giờ đâu**.

一年四季她從沒變胖過。

4.「mà」的使用：

「mà」出現在許多不同的句型中，有時是扮演語氣助詞的角色，有時亦是虛詞。在本課中，特別介紹三種有關「mà」的用法：

①「...mà...thì...」的句型，在此句型中「mà」通常會出現在某人／事／物後方，強調其行為一旦產生，就會在「thì」後方產出某結果，相當於中文的「這（某某）⋯⋯就會⋯⋯」。

②「用（某某）＋mà＋動詞」的句型，此句型偏口語，適用於說話者勸告或鼓勵他人使用某東西來進行某動作或行為。

③「mà」在名詞組合結構中的句型，在此句型中，「mà」出現在主要的成分後方（主要的成分通常指的是一般的名詞，不適用於人稱代名詞或帶有代詞「này / đó / đấy / kia」的名詞組合）以及在用來說明或解釋「mà」前面的成分之內容前方（這內容通常是個子句）。

例如： 1. Trời lạnh **mà** được đi ăn lẩu **thì** sẽ hạnh phúc biết bao!

天氣冷若能去吃火鍋會有多麼幸福！

2. Trời nắng thế này, anh lấy cái nón này **mà** đội đi !

太陽這麼大，你拿這頂帽子來戴吧！

3. Em nhớ mãi <u>món ăn</u> **mà** <u>mùa Đông năm ngoái được ăn ở Nhật</u>.

我一直懷念去年在日本（可以）吃到的料理。

5. 句型：**...càng ngày càng**＋形容詞 / 心理活動的動詞：

「càng ngày càng」相當於中文的「越來越……」，在「càng ngày càng」後方通常是形容詞或是心理活動的動詞。此句型適用於強調某人 / 事 / 物越來越處在某個可能屬於較強的或較弱的情境。

例如：1. Các chuyên gia cảnh báo trái đất sẽ **càng ngày càng** nóng.
專家們在警告地球會越來越熱。

2. Dạo này bạn ấy **càng ngày càng** thích giao lưu với bạn bè.
他最近越來越喜歡跟朋友們交流。

6. 「**những**」的使用：

「những」會出現在許多不同的句型中。有時「những」會出現在某名詞的前方，用來表示該名詞的複數，此時該名詞必須是非常具體的內容（不適用於一般的名詞，如：「người / bạn bè / trái xoài」等）。通常具體的名詞都帶有量詞或帶有代詞「này / đấy」等，或者是有「mà」的名詞組合之名詞。同時，「những」也會出現在「ai / gì / 名詞＋nào / đâu」的疑問句型中，表示被問的該疑問代詞是複數。除此之外，若「những」出現在數字前方，強調那個數據在那個情況下算是很多的。

例如：1. **Những** nhà hàng mà mở ở trung tâm thành phố đều rất lớn.
在市中心所開的那些餐廳都很大。

2. Mẹ nói **những** ly cà phê đó đều không có bỏ đường.
媽媽説那幾杯咖啡都沒有加糖。

3. Năm ngoái chị đã đi **những** nước nào ở châu Âu chơi?
你去年去了歐洲哪些國家玩？

4. Chị ấy có **những** 3 cái điện thoại thông minh.
她有多達 3 支智慧型手機。

7. 句型：動詞＋trước：

「動詞＋trước」相當於中文的「先……」，適用於表達主詞想要先進行某動作或行為。若要強調主詞在進行某動作或行為之前，想要優先進行另一個動作或行為時，便會加「đã」在「trước」後方，如：「動詞＋trước đã」。有時候，在此情況下，「trước」也可以省略。

例如：1. Khi đi làm về, ba luôn đi tắm **trước** rồi mới ăn cơm.
下班回家，爸爸總是先去洗澡然後才吃飯。

2. Em có muốn đi dạo chợ đêm với chị không?
你要跟我去逛夜市嗎？

答：Dạ, muốn. Nhưng chờ em làm xong bài tập **trước đã**.
是，要啊！不過等我先把功課做完啊！

C. Bài tập trắc nghiệm　測驗

1. 請用「**...bao lâu?**」的結構，針對下列的提示之內容，提出正確的疑問句。

例如：你想知道 anh Minh 會去美國出差多久，所以問：

　　　→ Anh sẽ đi Mỹ công tác bao lâu ạ?

1.1　你在搭車，想知道還要多久就能到市中心，所以你問朋友：

_____

_____

1.2　爸爸想知道你已經學越南語多久了，所以問你：

_____

_____

1.3　老師想了解你多久去社團練習英語一次，老師問你：

_____

_____

1.4　女朋友想知道你還要多久會回到宿舍，所以問你：

_____

_____

1.5　Anh Minh 想知道他還要在 101 大樓等你多久，所以問你：

_____

_____

2. 請完成對話。

2.1 Em lái xe rất giỏi _____ không?

Dạ, chị nhầm rồi. Em có bao giờ lái xe _____ ạ.

2.2 Chiều nay mẹ sẽ đi dạo chợ đêm với _____ ai?

Dạ, với nhiều _____ lắm ạ.

2.3 Anh mà mặc cái áo khoác này _____ sẽ đẹp trai lắm đấy!

Haha, em càng ngày _____ giỏi nói đùa nha!

2.4 Điện thoại thông minh của anh _____ bị hỏng nữa rồi.

Vậy à, anh lấy điện thoại của em _____ gọi cho chị ấy đi!

2.5 _____ bao lâu nữa thì chị sẽ được nghỉ phép?

Dạ, còn 5 ngày _____ ạ.

3. 請用正確的「lại ＋動詞」或是「動詞＋ lại」之結構，修飾下列的句子。

3.1   Trời hôm nay đẹp quá, em ấy có thể đi cắm trại với bạn bè.

_____

_____

3.2   Mùa Đông năm ngoái đi Nhật Bản vui thật, ước gì được đi một lần nữa.

_____

_____

3.3   Thời tiết càng ngày càng nóng, mùa Hè năm nay mẹ cảm thấy không khỏe.

_____

_____

3.4   Được gặp anh ấy thật vinh hạnh, nếu được gặp anh ấy một lần nữa thì em sẽ nhớ chụp ảnh chung với anh ấy.

_____

_____

3.5   Năm nay anh được mời tham gia Hội nghị quốc tế tại Đài Bắc.

_____

_____

4. 請用「**...càng ngày càng**」的結構，搭配下列所指定的詞彙來造句。

4.1　(thấp)

_____

_____

4.2　(chu đáo)

_____

_____

4.3　(nhiệt độ)

_____

_____

4.4　(đắt đỏ)

_____

_____

4.2　(người tiêu dùng)

_____

_____

5. 請用「**những** + **...mà...**」的結構，搭配下列所指定的詞彙來造句。

5.1 (Câu lạc bộ)

_____

_____

5.2 (mùa Xuân)

_____

_____

5.3 (khu vực)

_____

_____

5.4 (mang theo)

_____

_____

5.5 (chuẩn bị)

_____

_____

6. 請重組下列的句子。

6.1   anh ấy / ngày càng / giỏi / chụp ảnh / càng / dạo này.

_____

_____

6.2   có / đâu / thời tiết / ở đây / bao giờ / thích hợp / người / lớn tuổi / với.

_____

_____

6.3   cho rằng / những / chu đáo / mắt thẩm mỹ / người / rất / mẹ / có / của tôi / thường.

_____

_____

6.4   những / lạnh / chẳng / đi đâu / muốn / cả / thời tiết / vào / ngày / tôi.

_____

_____

6.5   cho tôi / mượn / cây dù / anh ấy / tôi / quên / mà / tuần / trước / mang theo.

_____

_____

7. 填空題：請用右邊的詞彙（quên, thời tiết, bốn, nhiệt độ, chán）填入以下的短文內容。

Ở Đài Loan một năm có ____1____ mùa. Mùa Đông ở đây

____2____ có khi rất thấp. Vào những ngày ____3____ có mưa và

lạnh, thì nhiều người chỉ muốn ở nhà ngủ. Linh rất ____4____ những

ngày có mưa, vì Linh thường ____5____ mang theo dù khi đi ra

ngoài.

D. Bài đọc   閱讀

Đài Loan nằm trong vùng cận nhiệt đới, có nhiệt độ ôn hòa quanh năm. Tháng lạnh nhất trong năm là tháng 1 và tháng 2. Khu vực Đài Bắc có khí hậu ẩm ướt và mưa nhiều, nên khi đi ra ngoài thì ô dù luôn là thứ cần phải có. Khí hậu phía Nam Đài Loan gần với khí hậu nhiệt đới, có ánh nắng chan hòa, nhiệt độ thay đổi vào mùa Đông và mùa Hè ở miền Nam ít hơn so với miền Bắc. Tuy sống ở Đài Bắc nhiều năm rồi, nhưng Linh vẫn chưa quen với khí hậu tại đây.

Từ mới bài đọc 課文生詞

MP3-90

1. nằm trong 位於
2. vùng 區 / 地區
3. cận nhiệt đới 亞熱帶
4. ôn hòa 溫和
5. quanh năm 全年
6. nhất 最
7. khu vực 區域

8. khí hậu ẩm ướt 氣候潮濕
9. phía Nam 南部 / 南方
10. ánh nắng chan hòa 日照充足
11. thay đổi 變化 / 改變
12. so với 比起
13. tuy...nhưng... 雖然……但是……
14. vẫn chưa 尚未 / 還是不

閱讀的要求：

1. 請仔細閱讀本課文內容，並用越南語分享你讀後的心得。

2. 請確認下列的問題是否吻合本課文的內容。

2.1 Đài Loan nằm trong vùng nhiệt đới.

2.2 Khu vực Đài Bắc có khí hậu ôn hòa.

2.3 Khí hậu phía Nam Đài Loan có ánh nắng chan hòa.

2.4 Nhiệt độ thay đổi vào mùa Đông và mùa Hè ở phía Nam ít hơn.

2.5 Linh vẫn chưa quen với khí hậu ở Đài Nam.

Bài 17 Đi xe
第17課 坐車

本課學習目標

（一）認識生活中與交通、運輸等相關的會話用語

（二）認識語法：

「...đã ＋動詞＋ chưa?」的句型

「動詞＋ bằng ＋工具／方式／材料」的句型

「形容詞／心理活動的動詞＋ hơn」的句型

「...từ ...đến / đi」的句型

「...đâu?」的句型

「動詞＋ để / cho ＋目的（動詞／形容詞）」的句型

「...có ＋動詞＋ ...ai / gì / 名詞＋ nào / đâu / bao nhiêu 等＋ không?」的句型

（三）測驗練習題

（四）課文閱讀

MP3-91

A. Hội thoại　會話

Linh: Em đã chuẩn bị xong chưa?
你已經準備好了嗎？

Tuấn: Dạ, xong rồi ạ. Mấy giờ chị mới đi ạ?
是，好了。你幾點才去呢？

Linh: Chị đang trên tàu điện ngầm đây! Thế em sẽ đi bằng xe gì?
我現在人在捷運上啊！那你會坐什麼車去呢？

Tuấn: Dạ, đi xe buýt sẽ nhanh hơn ạ, từ ký túc xá đến trung tâm thành phố chỉ có 4 trạm thôi ạ.
是，坐巴士會比較快啊！從宿舍到市中心只有 4 站而已！

Linh: Thế mọi người sẽ tập trung ở đâu?
那大家會在哪裡集合？

Tuấn:　Dạ, ở trước cổng chính Tòa nhà 101 ạ.

是，在 101 大樓正門。

Linh:　Em biết có bao nhiêu người tham gia không?

你知道有多少人參加嗎？

Tuấn:　Nghe nói hơn 60 người ạ.

聽說超過 60 人啊！

Linh:　Ồ, nhiều thế à! Còn có ai trong nhóm bọn mình tham gia không vậy?

哇，這麼多啊！我們小組裡還有誰參加嗎？

Tuấn:　Dạ, có Mai, Lan và anh Minh ạ. Chị mà đến trước thì gọi cho Lan nhé.

是，有梅、蘭、以及明哥。你若先到就打給蘭喔！

Linh:　Chị có Line của Mai nè! Để chị nhắn tin cho Mai cho tiện!

我有梅的 LINE 呀！我來留言給梅比較方便！

Tuấn:　Dạ. Gặp lại sau chị nhé!

好的！待會兒見啊，姊！

Từ mới hội thoại　會話生詞

MP3-92

1. **chuẩn bị** 準備

2. **xong** 完畢 / 好

3. **trên** 上面（方位詞）

4. **tàu điện ngầm** 捷運

5. **đây** 語氣助詞（帶有現在的意思）

6. **xe buýt** 巴士

7. **ký túc xá** 宿舍

8. **trung tâm thành phố** 市中心

9. **trạm** 站 / 車站

10. **mọi**（mọi＋名詞） 所有……

11. **tập trung** 集合 / 集中

12. **trước** 之前 / 前方（方位詞）

13. **cổng chính** 大門 / 正門

14. **nghe nói** 聽說

15. **còn** 還有

16. **trong** 中 / 裡面（方位詞）

17. **nhóm** 組別 / 小組

18. **gọi / gọi điện** 打電話

19. **nhắn tin** 留言

20. **tiện / tiện lợi** 方便 / 便利

21. **gặp lại** 再見

22. **sau** 之後 / 後方（方位詞）

B. Ngữ pháp　　語法句型

1. 句型：đã ＋動詞＋ chưa?」：

　　此句型相當於中文的「已經……了沒？」，主要用來詢問主詞在某個特定的時間或階段，是否已進行某一個本應該在那個時候要完成的行為或動作了。回答此問題時，可以簡單地用「rồi」或「chưa」來回應。若是晚輩與前輩或長輩對話時，都應該先用「dạ」（禮貌的語助詞）回應，然後再加上其選擇的答案，並在句尾加上「ạ」以表達禮貌和尊重。

例如：1.　Năm nay em **đã** tốt nghiệp **chưa**?

　　　　　你今年畢業了沒？

　　　答：Dạ, chưa. Tháng 7 năm sau em mới tốt nghiệp.

　　　　　是，還沒。明年 7 月我才畢業。

　　　2.　Đã 7 giờ rồi, ba mẹ **đã** ăn cơm tối **chưa**?

　　　　　超過 7 點了，爸爸媽媽吃晚飯了沒？

　　　答：Dạ, rồi. Ba mẹ vừa mới ăn cơm xong.

　　　　　是，吃了。爸爸媽媽剛用完晚餐。

2. 句型：動詞＋ bằng ＋工具 / 方式 / 材料：

　　「bằng」相當於中文的「以 / 用 / 用以」。在句型中，「bằng」前方通常是動詞（指某行為），而該行為會以「bằng」後方所指的工具、方式或材料等來進行。因此，「bằng」通常會搭配疑問代詞「gì → bằng gì」來詢問該行為是如何進行。此外，「bằng」也是動詞，相當於中文的「等於 / 等同 / 相同」。

例如：1.　Linh thích ăn bánh kem làm **bằng** sô-cô-la.

　　　　　玲喜歡吃用巧克力做的蛋糕。

　　　2.　Chiếc áo này được may **bằng** tay.

　　　　　這件衣服是用手工作的。

3. Em ấy <u>học tiếng Anh</u> **bằng** cách nghe nhạc tiếng Anh.

他以聽英文歌曲來學英語的。

4. Anh ấy cảm thấy khả năng của mình không **bằng** ai cả.

他覺得自己的能力不如任何人。

5. Năm cộng hai **bằng** bảy.

五加二等於七。

3. 句型：形容詞 / 心理活動的動詞＋ hơn：

此句型用來表示，在比較後，主詞比某人 / 事 / 物較特別，具有某特質或處在某特殊狀態，相當於中文的「比某某……較 / 勝過於……」。在此句子中，若有比較的對象，那比較的對象會放在「hơn」後方。同時，「hơn」也可以搭配「so với」使用，它們可以組合成「So với ＋某某＋ thì ＋某某＋ ...hơn」或是「某某＋ ...hơn so với ＋某某」，相當於中文的「比起某某……某某更 / 較……」。此外，「hơn」本身是動詞（意指「超越 / 較厲害」），如果「hơn」出現在數字前方，此時「hơn」相當於中文的「超過」。

例如：1. Mẹ luôn khen em đẹp **hơn** mẹ.

媽媽總是誇獎，我比媽媽更漂亮。

2. Anh Minh thích lái xe ô tô **hơn** đi tàu điện ngầm.

明哥喜歡開汽車勝過於坐捷運。

3. **So với** Hà Nội **thì** thành phố Hồ Chí Minh nóng **hơn**.

比起河內胡志明市更熱。

4. Anh ấy đã **hơn** 30 tuổi rồi.

他已經超過 30 歲了。

4. 句型：**...từ...đến / đi...**：

　　此句型相當於中文的「從……到 / 往……」。當用來強調主詞在某段時間、階段進行了某行為時，會用「...từ...đến...」。若要強調主詞在某個距離（兩個地方或地點之間）進行某個行為時，則會用「...từ...đến / đi...」，而此時用「đến」或「đi」乃取決於說話時主詞位在出發點還是目的地。

例如：1. **Từ** sáng **đến** tối chị ấy chỉ ăn 2 bữa ăn.

　　　　從早到晚她只吃 2 餐。

　　　2. Mẹ đã làm việc ở công ty này **từ** năm 23 tuổi **đến** bây giờ.

　　　　媽媽從 23 歲到現在都在這家公司工作。

　　　3. Đi máy bay **từ** Cao Hùng **đi** Hà Nội mất hơn 2 giờ đồng hồ.

　　　　坐飛機從高雄去河內花超過 2 小時。

　　　4. Hôm nay chị ấy đã đón tôi khi tôi **từ** Đài Bắc **đến** Việt Nam.

　　　　今天我從臺北到越南時她來接我。

5. 句型：**...đâu**：

　　當「đâu」是疑問代詞時，相當於中文的「哪裡？」，此時通常會搭配以下動詞，如：「ở」（在 / 住）、「đi」（去）、「đến」（到）、「về」（回）。除此之外，「đâu」也是語氣助詞，在否定的句型中，「đâu」會出現在句尾，相當於中文的「啦」，適用於否定某件事情，但帶有溫和或無奈的語氣。

例如：1. Anh đang làm việc **ở đâu**?

　　　　你在哪裡工作？

2. Dạo này chị đã **đi** những **đâu** du lịch?

你最近去了哪一些地方旅遊呢？

3. Thôi, em **không** ăn cái này **đâu**!

不不，我不吃這個啦！

4. Em **không** muốn nói **đâu**, đừng ép em mà!

我不想說啦，別逼我嘛！

6. 句型：動詞＋ **để / cho** ＋目的（動詞／形容詞）：

「**để / cho**」在此句型中出現在某個行為後方，作為強調句型中的主詞進行該行為是為了「**để / cho**」後方的目的。若該目的是指某一個行為（動詞），此時會用「**để**」；若該目的是指某個狀態或性質（形容詞），則要用「**cho**」。因此，「**để / cho**」在此句型中，相當於中文的「為了／比較／讓」。

例如：1. Anh ấy muốn học lái xe **để** có thể tự lái xe đi làm.

他想學開車是為了可以自己開車去上班。

2. Mẹ muốn đi tàu cao tốc **cho** nhanh.

媽媽想要坐高鐵為了快點（到達）。

另外，「**để**」也是動詞，指的是「放置／留」，若「**để**」出現在某人／事／物前方，此時「**để**」指的是「讓」，就是讓該人／事／物進行某動作或處在某狀態。「**để**」不同於「làm cho / khiến cho」的地方在於，在句型中「làm cho / khiến cho」（意旨：讓／使得）前方必須要有某個因素，才會導致「làm cho / khiến cho」後方產生某結果。

例如：3. Mẹ đang mệt, **để** mẹ nghỉ ngơi một chút.

媽媽好累，讓她休息一下！

4. Chị ấy **làm cho** mọi người không vui , vì quá thẳng tính.

他讓大家不開心，因為個性太直接了。

5. Khí hậu ẩm ướt **khiến cho** tôi luôn cảm thấy khó chịu.

氣候潮濕使得我總是覺得不舒服。

7. 句型：**...có** ＋動詞＋ **...ai / gì /** 名詞＋ **nào / đâu / bao nhiêu** 等＋ **không?**：

此句型是可以同時詢問兩個問題的唯一疑問句型。「**...có ＋ ... ＋ không?**」可以納入其他疑問代詞在句子中，並同時詢問兩個問題。因此，回答此問題時，若是否定，可以用簡單的「Dạ, không có」來回應。肯定的話，就要先回「Dạ, có」，再接著回答另一個問題。

例如： 1. Tối nay em **có** muốn đi **đâu** ăn cơm **không**?

你今天晚上有想要去哪裡吃飯嗎？

答：Dạ, muốn. Em muốn đi nhà hàng Hàn Quốc ăn thịt nướng.

是，有啊！我想去韓國餐廳吃烤肉。

2. Chị **có** biết anh ấy là **ai không**?

你知道他是誰嗎？

答：Thật ngại quá! Chị không biết.

真不好意思！我不知道。

C. Bài tập trắc nghiệm   測驗

1. 請用「**đã...chưa?**」的結構，針對以下所提示之內容，提出個符合情境的疑問句。

例如：Anh Minh vừa đi làm về đến nhà, mẹ hỏi anh Minh:

→ Con đã ăn cơm chưa?

1.1   Em là sinh viên năm thứ 4, hôm qua gặp bạn của ba em, bác ấy hỏi em:

_____

_____

1.2   Mỗi ngày em đều uống cà phê khi làm việc, lúc nãy đồng nghiệp vừa hỏi em:

_____

_____

1.3   Anh trai em năm nay 35 tuổi, mỗi lần bạn của mẹ đến nhà chơi đều hỏi anh ấy:

_____

_____

1.4   Vào cuối tháng vợ anh Minh thường hỏi anh:

_____

_____

1.5   Nghe nói tháng sau em sẽ đi Hà Nội du lịch, bạn em hỏi em:

_____

_____

2. 請完成對話。

2.1   Em nhỏ _____ Linh bao nhiêu tuổi?

Dạ, em và Linh _____ tuổi ạ.

2.2   Từ hôm qua _____ hôm nay chị ấy có ăn gì không?

Dạ, chị ấy không ăn _____ cả ạ.

2.3   Mẹ muốn đi dạo _____ khuây khỏa một chút.

Vậy, mẹ muốn đi _____ ạ?

2.4   Con có biết hôm nay mẹ đi Đài Bắc với _____ không?

Dạ, con không biết. _____ con hỏi chị cả thử xem.

2.5   Tuần này thời tiết lạnh quá _____ chị ấy bị cảm rồi.

Dạ, phải. Tôi cảm thấy tuần này lạnh _____ tuần trước rất nhiều.

3. 請用「動詞＋ **bằng** ＋工具／材料／方法」的結構，結合下列所指定的
   詞彙來造句。

3.1 (máy bay)

_____

_____

3.2 (áo của mẹ)

_____

_____

3.3 (nhanh)

_____

_____

3.4 (học)

_____

_____

3.5 (nhắn tin)

_____

_____

4. 請用「**có...ai / gì ＋名詞＋ nào / đâu / bao nhiêu / mấy...không?**」的
結構，搭配下列所指定的詞彙來提問。

4.1 (thay đổi)

_____

_____

4.2 (tàu điện ngầm)

_____

_____

4.3 (gọi điện)

_____

_____

4.4 (trạm xe)

_____

_____

4.5 (ký túc xá)

_____

_____

5.   請選擇正確的答案來填空。（**cho / bằng / để / khiến cho**）

5.1   Ông Nam cho bạn ông ấy mượn tiền _____ mua xe ô tô.

5.2   Hôm qua chị ấy đi sân bay đón ba mẹ _____ xe tắc xi.

5.3   Em ấy muốn mua một cái điện thoại _____ tiền riêng của mình.

5.4   Vì em ấy không vui, nên mẹ cùng em ấy đi dạo phố _____ khuây khỏa.

5.5   Nghe nói hôm qua ba về muộn _____ mẹ rất lo lắng.

5.6   Chị ấy chăm chỉ làm việc kiếm tiền _____ đi nước ngoài du lịch.

5.7   Tuấn thường thức khuya _____ em ấy luôn cảm thấy không khỏe.

5.8   Chị Linh tập nói tiếng Đài _____ cách xem ti vi.

6. 填空題：請用右邊的詞彙（**bằng, du học, tiện lợi, hơn, đến**）填入以下的短文內容

Từ khi đến Đài Bắc ____1____, Linh thường đến trường ____2____ xe buýt. Vào ngày nghỉ, thì Linh sẽ đến trung tâm thành phố mua sắm hoặc là đi xem phim. Từ trường của Linh đi xe buýt ____3____ trung tâm thành phố không xa lắm. Linh cho rằng phương tiện giao thông ở thành phố Đài Bắc rất ____4____. So với đi xe buýt thì Linh thích đi tàu điện ngầm ____5____.

D. Bài đọc   閱讀

　　Tuy đã biết lái xe, nhưng Tuấn vẫn chưa dám tự lái xe lên đường một mình. Trước đây, mỗi khi đi ra ngoài, Tuấn thường chọn hoặc là đi xe buýt, hoặc là đi tàu điện ngầm, có khi Tuấn cũng đi xe đạp YouBike. Tuấn rất ít khi đi xe tắc-xi, ngoại trừ những khi đang vội, và vì đi tắc-xi cũng rất tốn tiền. Dạo này, Tuấn thường tập lái xe với anh Minh ở khu vực ngoại ô, Tuấn hy vọng sau khi có thể lái xe thành thạo hơn thì sẽ lái xe đi Cao Hùng chơi với bạn bè.

Từ mới bài đọc 課文生詞

1.	lái xe 開車		8.	xe đạp 腳踏車
2.	dám 敢		9.	xe tắc-xi 計程車
3.	tự ＋動詞 自己親自（做某某）		10.	ngoại trừ 除非
4.	lên đường 上路		11.	đang vội 在趕時間
5.	trước đây 以前 / 過去		12.	tốn tiền 花錢
6.	hoặc là..hoặc là 要嘛……要嘛		13.	ngoại ô 郊區
7.	có khi 有時候		14.	thành thạo 熟練

閱讀的要求：

1. 請仔細閱讀本課文內容，並用越南語分享你讀後的心得。
2. 請確認下列的問題是否吻合本課文的內容。

2.1 Tuấn đã lái xe lên đường một mình.

2.2 Trước đây Tuấn chỉ thích đi xe đạp YouBike.

2.3 Tuấn chỉ đi tắc-xi khi có tiền.

2.4 Tuấn thường tập lái xe với anh Minh ở khu vực ngoại ô.

2.5 Sau khi lái xe thành thạo hơn thì Tuấn muốn lái xe đi Cao Hùng.

Phụ lục
附錄

Từ vựng　詞彙表

A

ạ　啊（禮貌的語助詞）

anh　你 / 哥哥 / 先生

anh ấy　他

ánh nắng　日照

áo　衣服

Ă

ăn cơm　吃飯

Â

ẩm ướt　潮濕

B

báo cáo　報告

bận　忙

bận rộn　忙碌

bây giờ　現在

biết nói　會說

C

cái ô　傘 / 雨傘

cám ơn　謝謝

cảm ơn　謝謝

cảm thấy　覺得

cao học　研究所（指學制）

cận nhiệt đới　亞熱帶

câu lạc bộ sinh viên　社團 / 俱樂部

cây dù　傘 / 雨傘

cơ hội　機會

chả　不

chào　（您）好 / 打招呼 / 再見

chào mừng　歡迎

chan hòa　充足 / 充滿

chán　煩 / 厭煩

chẳng　不

chân thành　真誠

che　遮

chê　嫌 / 嫌棄

chia sẻ　分享

chiếc　件 / 輛 / 架 / 台 / 個 / 支（量詞）

cho hỏi　借問

cho...mượn　借給…（某人）

chọn lựa　選 / 選擇

chờ　等待 / 等

chu đáo　周到 / 體貼

chuẩn bị　準備

có khi　有時候

còn　還有 / 那麼

cổng chính　大門 / 正門

của　東西 / 財富 / 貨 / 的

D

dạ vâng　是的

dám　敢

dành　專屬 / 留給

dạo này　最近

dịp　機會

du học　留學

dự báo　預報

Đ

đã　已經

Đài Bắc　臺北

đang vội　在趕時間

đăng ký　登記 / 報名

đắt　昂貴 / 貴的

đắt đỏ　昂貴

đây　這（代詞）/ 語氣助詞

đem theo　帶著

đẹp　美麗 / 漂亮

để　放置 / 留

đợi　等待 / 等

đứng　站

E

em　我 / 你 / 晚輩 / 學弟 / 學妹

G

gặp lại　再見

gần đây　最近

giá　價

giá cả　價格

giỏ xách　包包

giờ đồng hồ　小時

giờ học　課

giúp đỡ　幫忙 / 幫助

giữ gìn　保重 / 維持

gọi　叫 / 打（電話）

gọi điện　打電話

H

hả　呀 / 啊（語助詞）

hàng giảm giá　減價貨

hân hạnh　榮幸

hoan nghênh　歡迎

hoạt động　活動

hoặc là..hoặc là　要嘛…要嘛…

học tập　學習

hội nhóm　社團

hợp (với)　適合

hướng dẫn　指導 / 指引 / 教

I

ít　少的

K

khá giỏi　相當好（指能力的）

khá nhiều　相當多

khác　（名詞＋khác）其他

khí hậu　氣候

khoa　學系 / 科

khỏe mạnh　健康（形容詞）

không　不 / 零 / 嗎

không sao　沒關係

khu vực　區域

khuyến mại　促銷

kinh nghiệm　經驗

ký túc xá　宿舍

L

lái xe　開車

làm quen　結交 / 結識 / 認識

lạnh　冷的

lên đường　上路

lớn　大的

luôn　總是

luyện tập　練習

M

ma-nơ-canh　人型模特兒

mang theo　帶著

mắc　昂貴 / 貴的

mặc　穿（衣服）

mắt thẩm mỹ　審美觀 / 眼觀

mệt　累

mệt mỏi　疲累

mọi　（＋名詞）所有…

mọi người　大家

mỗi　每

một chút　一點 / 一下

một mình　自己一個人

một người bạn　一個朋友

một tí　一點 / 一下

một vài　一兩個 / 幾個

muộn　遲的 / 晚的

mở cửa　開門

mua sắm　購物

mùa　季節

mưa　下雨

Mỹ　美國

N

nằm trong　位於

ngại　不好意思 / 在意

nhưng　但是

nghe nói　聽説

nghiên cứu sinh　研究生

ngoại ô　郊區

ngoại trừ　除非

người bản địa　在地人 / 本地人

người bản xứ　在地人 / 本地人

người nước ngoài　外國人

người tiêu dùng　消費者

nhau　互相 / 彼此

nhắn tin　留言

nhất　最

nhiệt độ　溫度

nhiệt tình　熱心 / 熱情

nhìn　瞧瞧 / 看

nhóm　組別 / 小組

nhớ　記得 / 想念 / 懷念

như　如 / 像

nhưng　但是

những lúc　那些時候（指複數）

niềm nở　親切熱情

nói chơi　開玩笑

nói đùa　開玩笑

nói giỡn　開玩笑

Ô

ôn hòa　溫和

P

phía Nam　南部 / 南方

Q

quanh năm　全年

quen biết　認識

quên　忘記

S

sau　之後 / 後方（方位詞）

sinh sống　生活

sinh viên năm thứ 2　2 年級大學生

so với　比起

sống　生活 / 活

sức khỏe　健康（名詞）

T

tạnh　停止（下雨）

tàu điện ngầm　捷運

tập trung　集合 / 集中

tên　名字

tham gia　參加

thành phố　城市

thành viên　成員

thay đổi　變化 / 改變

thành thạo　熟練

thân　要好 / 熟

thân thiện　友善

thấp　低

thế　那麼 / 啊 / 呀 / 這樣

thích hợp (với)　適合

thiếu ngủ　睡眠不夠 / 睡眠不足

thời gian　時間

thời tiết　天氣

thứ　種類 / 樣 / 東西

thường　常 / 常常 / 普通

tiện　方便 / 便利

tiện lợi 便利

tiếng Anh 英語

tiếng đồng hồ 小時

tiếng Hoa 華語／中文

tiếng Trung 中文／華語

tìm 找／尋找

tổ chức 舉辦／辦

tốn tiền 花錢

tủ kính 櫥窗／玻璃櫃

tuần 週

trạm 站／車站

trễ 遲的／晚的

trên 上面（方位詞）

trên người 身上

trò chuyện 聊／聊天／談論

trong 中／裡面／內（方位詞）

trời mưa 下雨／下雨天

trung tâm 中心

trước 之前／前方（方位詞）

trước đây 以前／過去

túi xách 包包

tuy 雖然

tự ＋動詞 自己親自（做某某）

V

vẫn chưa 尚未／還是不

vẫn thường 還好（跟平常一樣）

vâng ạ 是的

vật giá 物價

vậy 那麼／啊／呀／這樣

vui 開心／高興／好玩

vùng 區／地區

X

xe buýt 巴士

xe đạp 腳踏車

xe tắc-xi 計程車

xin chào （您）好／打招呼

xin hỏi 請問

xong 完畢／好

閱讀的中文解釋

第 13 課

D. Bài đọc 閱讀

　　我名字叫俊，是語言學系三年級的學生。 我有認識一位朋友，她名字叫玲，她是研究生。因為玲正在攻讀碩士學位，所以她總是很忙。我和玲非常要好，見面時，我們經常談論和分享我們在大學學習的經驗和生活。我非常喜歡玲，因為她是一位非常有趣且真誠的朋友。

第 14 課

D. Bài đọc 閱讀

　　梅是我剛在英語社團認識的新朋友。我每週常和梅以及其他同學一起到社團練習英語。社團裡有一位是美國人的成員，他來臺灣留學兩年了。他會説滿多種語言，他的中文和越南語相當好，他總是説，很榮幸能在這裡和大家一起學習。我覺得社團裡的每個人都非常熱心地互相幫助，彼此之間也非常熱情友善。

第 15 課

D. Bài đọc 閱讀

　　玲在臺北生活和學習多年了。玲覺得在大城市生活，物價相當高。但各個購物中心一年中也常會有許多促銷活動。當有折扣的時候，消費者就能以非常便宜的價格買到許多商品。玲也常在這些時候選購一兩樣自己喜歡的東西。梅常説，玲的眼光非常好，無論玲選購什麼東西，梅都覺得很漂亮。

第 16 課

D. Bài đọc 閱讀

　　臺灣位於亞熱帶，全年氣候溫和。一年中最冷的月份是一月和二月，臺北地區氣候潮濕多雨，所以外出時雨傘是必備的用品。臺灣南部氣候接近熱帶氣候，日照充足，冬夏氣溫變化較北部小。雖然在臺北生活了許多年，玲依然還未習慣這裡的氣候。

第 17 課

D. Bài đọc 閱讀

　　儘管已經會開車了，但是俊還是不敢自己一個人開車上路。過去，每次外出時，俊經常選擇要不就搭乘公車，要不就搭乘捷運，有時候俊也會騎 YouBike。俊很少搭乘計程車，除非在趕時間的時候，而且因為搭乘計程車也很花錢。最近，俊常和明哥在郊區練習開車，俊希望自己能開得更熟練後，和朋友們開車去高雄玩。

測驗、閱讀參考答案

第 13 課

C. Bài tập trắc nghiệm 測驗

1. 請用「có... không ?」的結構，把以下的提示之內容改為正確的疑問句。

1.1 Dạo này chị ấy có khỏe không?

1.2 Bạn có rảnh đi ăn cơm với tôi không?

1.3 Gần đây chị có thường thiếu ngủ không?

1.4 Tuần này không có báo cáo bạn có vui không?

1.5 Khi thiếu ngủ mẹ có mệt mỏi không?

2. 請完成對話。

2.1 có / lắm

2.2 với / rảnh

2.3 không / nhé

2.4 nhỉ / nào

2.5 báo cáo / thế nào

5. 請選擇正確的答案來填空。（quá / lắm / nhé / nhỉ）

5.1 nhỉ

5.2 nhé

5.3 quá

5.4 lắm

5.5 lắm

5.6 nhé

5.7 nhỉ

5.8 quá

6. 填空題：請用右邊的詞彙（thế nào, phải, lắm, rất, năm）填入以下的短文內容。

　　Tuấn <u>rất</u> thích học ngôn ngữ, bạn ấy là sinh viên <u>năm</u> thứ 3 khoa Ngôn ngữ học. Dạo này bạn ấy có nhiều báo cáo <u>phải</u> làm <u>lắm</u>. Khi gặp tôi bạn ấy hỏi: "Dạo này bạn <u>thế nào</u>? Bạn có bận lắm không?".

D. Bài đọc 閱讀

閱讀的要求：

2. 請確認下列的問題是否吻合本課文的內容。

2.1　　✕

2.2　　✕

2.3　　◯

2.4　　◯

2.5　　✕

第 14 課

C. Bài tập trắc nghiệm 　測驗

1. 請用「...phải không?」的結構，針對提示之內容，提出正確的疑問句。

1.1　Mẹ đã về nhà rồi, phải không?

1.2　Con muốn luyện tập lái xe ô tô, phải không?

1.3　Bạn ấy tên là Mai, phải không?

1.4　Em sẽ đến muộn một chút, phải không?

1.5　Hôm nay ba sẽ lái xe đi làm, phải không?

2. 請完成對話。

2.1　sẽ / ạ

2.2　đã / từng

2.3　được / sẽ

2.4　phải không / một mình

2.5　nào / đi

5. 請選擇正確的答案來填空。（nào / phải không / không）

5.1　phải không

5.2　nào

5.3　không

5.4　không

5.5　phải không

5.6　không

5.7　nào

5.8　không

6. 填空題：請用右邊的詞彙（thành viên, tên, luyện tập, cơ hội, chưa）填入以下的短文內容。

　　Mai thường <u>luyện tập</u> tiếng Anh ở Câu lạc bộ tiếng Anh. Hôm qua Mai đã quen biết một <u>thành viên</u> mới. Anh ấy <u>tên</u> là Tuấn. Tuấn nói với Mai là anh ấy <u>chưa</u> bao giờ nói tiếng Anh với người bản xứ. Mai nghĩ, nếu có <u>cơ hội</u> luyện tập tiếng Anh với người nước ngoài thì anh Tuấn sẽ rất vui.

D. Bài đọc 閱讀

閱讀的要求：

2. 請確認下列的問題是否吻合本課文的內容。

2.1　✕

2.2　◯

2.3　◯

2.4　✕

2.5　✕

第 15 課

C. Bài tập trắc nghiệm　測驗

1. 請用「... mấy giờ?」的結構，把以下的提示之內容改為正確的疑問句。

1.1　Anh ấy vừa mới xác nhận bây giờ là mấy giờ?

1.2　Sáng nay mẹ em thức dậy lúc mấy giờ?

1.3　Sáng ngày mai mọi người phải có mặt lúc mấy giờ?

1.4　Mẹ nói lúc mấy giờ sẽ gọi điện cho anh?

1.5　Ông Nam luôn uống cà phê lúc mấy giờ mỗi ngày?

2. 請完成對話。

2.1　này / kia

2.2　lúc / chiều

2.3　bao nhiêu / thôi

2.4　đang / gì

2.5　mà / không phải

5. 請選擇正確的答案來填空。（này / thôi / mà / thế）

5.1　thế

5.2　thôi

5.3　này

5.4　mà

5.5　mà

5.6　thế

5.7　này

5.8　thôi

6. 填充題：請用右邊的詞彙（khoảng, được, thật, thân, với）填入以下的短文內容。

　　Mai rất thích <u>được</u> đi mua sắm với chị Linh. Mỗi lần Linh và Mai đi mua sắm sẽ mất <u>khoảng</u> 3, 4 giờ đồng hồ. Họ thường trò chuyện <u>với</u> nhau rất vui vẻ. Việc cùng đi mua sắm, cùng học tập làm cho Mai và Linh <u>thân</u> nhau hơn. Mai cảm thấy được làm bạn với chị Linh <u>thật</u> là hạnh phúc.

D. Bài đọc　閱讀

閱讀的要求：

2. 請確認下列的問題是否吻合本課文的內容。

2.1　✕

2.2　○

2.3　✕

2.4　✕

2.5　✕

第 16 課

C. Bài tập trắc nghiệm 測驗

1. 請用「...bao lâu?」的結構，針對下列的提示之內容，提出正確的疑問句。

1.1   Còn bao lâu nữa thì sẽ đến trung tâm thành phố?

1.2   Con đã học tiếng Việt bao lâu rồi?

1.3   Bao lâu em đến Câu lạc bộ luyện tập tiếng Anh một lần?

1.4   Còn bao lâu nữa thì anh sẽ về đến ký túc xá?

1.5   Anh còn phải chờ em ở Tòa nhà 101 thêm bao lâu nữa?

2. 請完成對話。

2.1   phải / đâu

2.2   những / người

2.3   thì / càng

2.4   lại / mà

2.5   Còn / nữa

7. 填空題：請用右邊的詞彙（quên, thời tiết, bốn, nhiệt độ, chán）填入以下的短文內容。

   Ở Đài Loan một năm có <u>bốn</u> mùa. Mùa Đông ở đây <u>nhiệt độ</u> có khi rất thấp. Vào những ngày <u>thời tiết</u> có mưa và lạnh, thì nhiều người chỉ muốn ở nhà ngủ. Linh rất <u>chán</u> những ngày có mưa, vì Linh thường <u>quên</u> mang theo dù khi đi ra ngoài.

D. Bài đọc　閱讀

閱讀的要求：

2. 請確認下列的問題是否吻合本課文的內容。

2.1　　╳

2.2　　╳

2.3　　○

2.4　　○

2.5　　╳

第 17 課

C. Bài tập trắc nghiệm　測驗

1. 請用「đã...chưa?」的結構，針對以下所提示之內容，提出個符合情境的疑問句。

1.1　Cháu đã tốt nghiệp đại học chưa?

1.2　Hôm nay bạn đã uống cà phê chưa?

1.3　Cháu đã có bạn gái chưa?

1.4　Anh đã lãnh lương chưa?

1.5　Bạn đã xin visa chưa?

2. 請完成對話。

2.1　hơn / bằng

2.2　đến / gì

2.3　cho / đâu

2.4　ai / để

2.5　khiến cho / hơn

5. 請選擇正確的答案來填空。（cho / bằng / để / khiến cho）

5.1　để

5.2　bằng

5.3　bằng

5.4　cho

5.5　khiến cho

5.6　để

5.7　khiến cho

5.8　bằng

6. 填空題：請用右邊的詞彙（bằng, du học, tiện lợi, hơn, đến）填入以下的短文內容

　　Từ khi đến Đài Bắc <u>du học</u>, Linh thường đến trường <u>bằng</u> xe buýt. Vào ngày nghỉ, thì Linh sẽ đến trung tâm thành phố mua sắm hoặc là đi xem phim. Từ trường của Linh đi xe buýt <u>đến</u> trung tâm thành phố không xa lắm. Linh cho rằng phương tiện giao thông ở thành phố Đài Bắc rất <u>tiện lợi</u>. So với đi xe buýt thì Linh thích đi tàu điện ngầm <u>hơn</u>.

D. Bài đọc 閱讀

閱讀的要求：

2. 請確認下列的問題是否吻合本課文的內容。

2.1　✕

2.2　✕

2.3　✕

2.4　○

2.5　○

國家圖書館出版品預行編目資料

基礎外語　越南語篇 / 陳凰鳳著
-- 初版 -- 臺北市：瑞蘭國際, 2024.08
264面；19 x 26公分 --（外語學習系列；134）
ISBN：978-626-7473-05-4（平裝）
1. CST：越南語 2. CST：讀本

803.798　　　　　　　　　　　　　113005672

外語學習系列134

基礎外語　越南語篇

作者｜陳凰鳳
責任編輯｜潘治婷、王愿琦
校對｜陳凰鳳、潘治婷、王愿琦

越南語錄音｜陳凰鳳、丁德敏
錄音室｜采漾錄音製作有限公司
封面設計、版型設計、內文排版｜陳如琪
美術插畫｜Syuan Ho

瑞蘭國際出版

董事長｜張暖彗・社長兼總編輯｜王愿琦
編輯部
副總編輯｜葉仲芸・主編｜潘治婷
設計部主任｜陳如琪
業務部
經理｜楊米琪・主任｜林湲淘・組長｜張毓庭

出版社｜瑞蘭國際有限公司・地址｜台北市大安區安和路一段104號7樓之一
電話｜(02)2700-4625・傳真｜(02)2700-4622・訂購專線｜(02)2700-4625
劃撥帳號｜19914152 瑞蘭國際有限公司
瑞蘭國際網路書城｜www.genki-japan.com.tw

法律顧問｜海灣國際法律事務所　呂錦峯律師

總經銷｜聯合發行股份有限公司・電話｜(02)2917-8022、2917-8042
傳真｜(02)2915-6275、2915-7212・印刷｜科億印刷股份有限公司
出版日期｜2024年08月初版1刷・定價｜520元・ISBN｜978-626-7473-05-4